โดย ดร. แจร็อก ลี

พระเจ้า...
แพทย์ผู้ประเสริฐ

URIM BOOKS

พระองค์ตรัสว่า "ถ้าเจ้าทั้งหลายฟังพระสุรเสียงของพระเจ้าของเจ้าและกระทำสิ่งที่ชอบในสายพระเนตรของพระองค์ เงี่ยหูฟังพระบัญญัติของพระองค์และปฏิบัติตามกฎเกณฑ์ของพระองค์ทุกประการแล้วโรคต่าง ๆ ซึ่งเราบันดาลให้เกิดแก่ชาวอียิปต์นั้นเราจะไม่ให้บังเกิดแก่พวกเจ้าเลยเพราะเราคือพระเจ้าแพทย์ของเจ้า" (อพยพ 15:26)

พระเจ้า...แพทย์ผู้ประเสริฐ
โดย ดร. แจร็อก ลี
จัดพิมพ์โดย อูริมบุคส์
851, คูโร-ดอง, คูโร-กุ, โซล เกาหลีใต้
www.urimbook.com

ห้ามจัดพิมพ์หนังสือเล่มนี้หรือส่วนหนึ่งส่วนใดของหนังสือเล่มนี้ซ้ำ หรือเก็บไว้ในระบบเพื่อนำกลับมาใช้ใหม่ หรือถ่ายทอดด้วยรูปแบบอื่นใด หรือโดยเครื่องมืออิเลกทรอนิกส์ เครื่องกล การถ่ายสำเนา การบันทึกหรือด้วยวิธีการหนึ่งใดเหล่านี้โดยมิได้รับอนุญาตจากผู้จัดพิมพ์อย่างเป็นลายลักษณ์อักษร

สงวนลิขสิทธิ์ © 1992 โดย ดร. แจร็อก ลี

จัดพิมพ์ครั้งแรกโดยอูริมบุคส์ กรุงโซล ประเทศเกาหลี สงวนลิขสิทธิ์ ©
ISBN:979-11-263-1091-3 03230
ได้รับอนุญาตให้แปลเป็นภาษาอังกฤษโดยดร.คูยัง ซุง
ได้รับอนุญาตให้แปลเป็นภาษาไทยโดยดร.ดานิเอล แสงวิชัย

พิมพ์ครั้งที่ 1 เมื่อเดือนมีนาคม 2005
พิมพ์และปรับปรุงแก้ไขครั้งที่สองเมื่อเดือนกุมภาพันธ์ 2007

บทบรรณาธิการโดยดร.เจียมซุน วิน
จัดพิมพ์ในประเทศเกาหลีโดยอูริมบุคส์ (ผู้แทน:เจียมซุน วิน)
จัดพิมพ์ที่กรุงโซล ประเทศเกาหลี

บทนำ

เมือความเจริญรุ่งเรืองและความมังคังทางด้านวัตถุพัฒนาก้าวไปอย่างรุดหน้าและเพิมพูนขึนอย่างต่อเนือง เราพบว่าผู้คนในปัจจุบันมีเวลาและทรัพย์สินเงินทองมากขึน ยิงกว่านัน เพือให้มีสุขภาพร่างกายแข็งแรงและมีชีวิตทีสะดวกสบายยิงขึน ผู้คนยอมลงทุนทรัพย์สินและเวลาและให้ความสนใจอย่างใกล้ชิดกับข้อมูลต่าง ๆ ทีเป็นประโยชน์

อย่างไรก็ตาม ชีวิต ความแก่ชรา ความเจ็บป่วย และความตายของมนุษย์ล้วนอยู่ภายใต้การควบคุมของพระเจ้าผู้ยิงใหญ่สูงสุด อำนาจของเงินหรือความรู้ไม่สามารถควบคุมสิงเหล่านีได้ ยิงกว่านันแม้มีการพัฒนาการทางด้านการแพทย์ทีสูงส่งและซับซ้อนซึงมนุษย์ได้คิดค้นและสำสมไว้ด้วยความรู้ของตนมาเป็นเวลาหลายศตวรรษ แต่ข้อเท็จจริงทีไม่อาจปฏิเสธได้ก็คือจำนวนของผู้คนทีเจ็บป่วยด้วยโรคร้ายทีไม่มีทางรักษายังคงเพิมขึนอย่างต่อเนือง

ตลอดประวัติศาสตร์ของโลก มีผู้คนจำนวนนับไม่ถ้วนทียึดมันในความเชือและความรู้จากหลากหลายแขนง (ซึงรวมถึงความรู้ด้านพุทธศาสนาและลัทธิขงจือ) แต่คนเหล่านีกลับไม่มีคำตอบให้กับคำถามเรืองโรคภัยไข้เจ็บทีเพิมพูนมากขึนและไม่มีใครสามารถ

หลีกเลี่ยงความแก่ชรา โรคภัยไข้เจ็บ และความตายไปได้ คำถามข้อนี้เกี่ยวพันกับความบาปและเป็นประเด็นที่เชื่อมโยงกับความรอดของมนุษย์ซึ่งไม่มีบุคคลใดสามารถแก้ไขได้

ปัจจุบันผู้คนสามารถเข้าถึงการรักษาในโรงพยาบาลและร้านขายเวชภัณฑ์ง่ายมากขึ้นและดูเหมือนว่าสิ่งเหล่านี้พร้อมที่จะทำให้โลกของเราเป็นสังคมปลอดโรคภัยไข้เจ็บและมีพลานามัยสมบูรณ์ แต่ร่างกายและโลกของเรากลับถูกรุมเร้าด้วยโรคภัยหลากหลายชนิดนับตั้งแต่โรคหวัดธรรมดาไปจนถึงโรคร้ายที่ไม่มีทางรักษานานาชนิดซึ่งไม่อาจระบุแหล่งกำเนิดและเชื้อพันธุ์ได้ ผู้คนมักโทษดินฟ้าอากาศและสภาพแวดล้อมหรือมองว่าสิ่งนี้เป็นปรากฏการณ์ทางด้านธรรมชาติและสรีรวิทยาและพึ่งพาการรักษาด้วยยาและเทคโนโลยีทางการแพทย์

เพื่อให้ได้รับการรักษาโรคและมีร่างกายแข็งแรงสมบูรณ์อย่างแท้จริง เราแต่ละคนต้องรู้ว่าโรคภัยไข้เจ็บเกิดมาจากไหนและเราจะได้รับการรักษาได้อย่างไร พระกิตติคุณและความจริงมีอยู่สองด้านเสมอ นั่นคือ คำแช่งสาปและการลงโทษมีไว้สำหรับผู้คนที่ปฏิเสธพระกิตติคุณและความจริง ในขณะที่พระพรและชีวิตกำลังรอคอยผู้คนที่ยอมรับพระกิตติคุณและความจริงนี้ พระเจ้าทรงมีน้ำพระทัยที่จะปิดซ่อนความจริงจากผู้คนที่คิดว่าตนเองฉลาดและมีปัญญาเหมือนพวกฟาริสี แต่พระเจ้าทรงพอพระทัยที่จะเปิดเผยความจริงให้กับคนที่เป็นเหมือนบุตรของพระองค์ซึ่งมีความปรารถนาและเปิดจิตใจของตน (ลูกา 10:21)

พระเจ้าทรงสัญญาที่จะอวยพระพรแก่ผู้คนที่เชื่อฟังและดำเนินชีวิตตามธรรมบัญญัติของพระองค์ ในขณะที่พระองค์ตรัสถึงค

ำแช่งสาปและโรคภัยไข้เจ็บนานาชนิดโดยละเอียดซึ่งจะเกิดขึ้นกับผู้คนที่ไม่เชื่อฟังธรรมบัญญัติของพระองค์ (เฉลยธรรมบัญญัติ 28:1-68)

หนังสือเล่มนี้ต้องการชี้นำให้ผู้อ่านเดินในทางที่ถูกต้องซึ่งนำไปสู่เสรีภาพจากความเจ็บป่วยและโรคภัยโดยการเตือนสติคนที่ไม่เชื่อและคนที่เชื่อด้วยพระคำของพระเจ้า

เมื่อท่านฟัง อ่าน ทำความเข้าใจ และใช้พระคำของพระเจ้าเป็นอาหารสำหรับชีวิตด้วยฤทธิ์อำนาจจากพระเจ้าแห่งความรอดและการรักษาโรค ขอให้ท่านแต่ละคนได้รับการรักษาให้หายจากความเจ็บป่วยและโรคภัยนานาชนิดไม่ว่าเล็กหรือใหญ่ ขอให้ท่านและครอบครัวมีพลานามัยสมบูรณ์ตลอดไป ข้าพเจ้าอธิษฐานในพระนามขององค์พระผู้เป็นเจ้า อาเมน

แจร็อก ลี

สารบัญ

บทนำ

บทที่ 1
แหล่งกำเนิดของโรคภัยไข้เจ็บและรังสีแห่งการรักษา　　1

บทที่ 2
เจ้าปรารถนาจะหายโรคหรือ　　17

บทที่ 3
พระเจ้า...แพทย์ผู้ประเสริฐ　　41

บทที่ 4
ที่ท่านฟกช้ำนั้นก็เพื่อให้เราหายดี   57

บทที่ 5
ฤทธิ์อำนาจในการรักษาโรคและความเจ็บไข้   79

บทที่ 6
วิธีการรักษาคนที่ถูกผีเข้าสิง   95

บทที่ 7
ความเชื่อและการเชื่อฟังของนาอามานผู้เป็นโรคเรื้อน   117

บทที่ 1

ต้นกำเนิดของโรคภัยไข้เจ็บและรังสีแห่งการรักษา

มาลาคี 4:2

แต่ดวงอาทิตย์แห่งความชอบธรรมซึ่งมีปีกรักษาโรคภัยได้จะขึ้นมาสำหรับคนเหล่านั้นที่ยำเกรงนามของเรา

สาเหตุสำคัญของโรคภัยไข้เจ็บ

เพื่อทำให้ตนมีชีวิตที่เป็นสุขและมีพลานามัยสมบูรณ์ในขณะที่อยู่บนโลกนี้ ผู้คนจะบริโภคอาหารทุกประเภทที่ตนเห็นว่ามีประโยชน์ต่อสุขภาพร่างกายและสนใจแสวงหาวิธีการอันเป็นเคล็ดลับต่าง ๆ อยู่ตลอดเวลา อย่างไรก็ตาม แม้ในท่ามกลางความเจริญรุ่งเรืองทางด้านวัตถุและพัฒนาการที่รุดหน้าทางด้านวิทยาศาสตร์และการแพทย์ แต่สิ่งเหล่านี้กลับไม่สามารถป้องกันผู้คนให้พ้นจากความเจ็บป่วยและโรคร้ายนานาชนิดได้

มนุษย์จะเป็นอิสระจากโรคภัยไข้เจ็บในขณะที่อยู่บนโลกนี้ได้หรือไม่

ผู้คนส่วนใหญ่มักโทษดินฟ้าอากาศและสภาพแวดล้อมหรือมองว่าสิ่งนี้เป็นปรากฏการณ์ทางด้านธรรมชาติและทางด้านสรีรวิทยาพร้อมทั้งพึ่งพาการรักษาด้วยยาและเทคโนโลยีทางการแพทย์ แต่เมื่อมนุษย์สามารถค้นพบต้นตอของความเจ็บป่วยและโรคภัยนานาชนิด ทุกคนก็จะเป็นอิสระจากความเจ็บป่วยและโรคภัยไข้เจ็บเหล่านั้นได้

พระคัมภีร์เสนอแนะแนวทางขั้นมูลฐานซึ่งสามารถช่วยเราให้ดำเนินชีวิตที่เป็นอิสระจากโรคภัยไข้เจ็บได้ และถ้าเราเจ็บป่วยพระคัมภีร์ยังบอกวิธีการที่จะช่วยเราให้หายจากโรคภัยไข้เจ็บด้วยเช่นกัน

พระองค์ตรัสว่า “ถ้าเจ้าทั้งหลายฟังพระสุรเสียงของพระเจ้าข

องเจ้าและกระทำสิ่งที่ชอบในสายพระเนตรของพระองค์ เงี่ยหูฟังพระบัญญัติของพระองค์และปฏิบัติตามกฎเกณฑ์ของพระองค์ทุกประการแล้วโรคต่าง ๆ ซึ่งเราบันดาลให้เกิดแก่ชาวอียิปต์นั้นเราจะไม่ให้บังเกิดแก่พวกเจ้าเลยเพราะเราคือพระเจ้าแพทย์ของเจ้า" (อพยพ 15:26)

นี่คือพระวาทะอันสัตย์จริงของพระเจ้าผู้ทรงมีอำนาจควบคุมชีวิต ความตาย การแช่งสาป และพระพรของมนุษย์ซึ่งพระองค์ประทานให้กับเราในสภาพของบุคคล

โรคภัยไข้เจ็บคืออะไรและทำไมบุคคลจึงเกิดโรคภัยไข้เจ็บในทางการแพทย์คำว่า "โรคภัยไข้เจ็บ" หมายถึงการไร้สมรรถภาพทุกรูปแบบในอวัยวะส่วนต่าง ๆ ของร่างกายของมนุษย์—ความผิดปกติของสุขภาพ—ซึ่งส่วนใหญ่มักเกิดขึ้นจากเชื้อแบคทีเรียและแพร่กระจายออกไปด้วยเชื้อดังกล่าว กล่าวคือ โรคภัยไข้เจ็บคืออาการผิดปกติของร่างกายซึ่งถูกกระตุ้นด้วยพิษหรือเชื้อแบคทีเรียที่ก่อให้เกิดโรค

อพยพ 9:8-9 บรรยายถึงขั้นตอนที่นำไปสู่การเกิดภัยพิบัติจากฝีที่ลุกลามไปทั่วแผ่นดินอียิปต์

พระเจ้าจึงตรัสแก่โมเสสและอาโรนว่า "เจ้าจงกำเขม่าจากเตาให้เต็มกำมือแล้วให้โมเสสซัดขึ้นไปในอากาศต่อหน้าฟาโรห์ เขม่านั้นจะกลายเป็นฝุ่นปลิวไปทั่วแผ่นดินอียิปต์ทำให้เกิดเป็นฝีแ

ตกลามทั้งตัวคนและสัตว์ทั่วแผ่นดินอียิปต์"
ในอพยพ 11:4-7

เราเห็นถึงความแตกต่างที่พระเจ้าทรงกระทำให้เกิดขึ้นกับคนอิสราเอลและคนอียิปต์ ไม่มีภัยพิบัติใดเกิดขึ้นกับชนชาติอิสราเอลที่นมัสการพระเจ้า แต่ภัยพิบัติเหล่านั้นเกิดขึ้นกับลูกหัวปีของคนอียิปต์ที่ไม่นมัสการพระเจ้าและไม่ได้ดำเนินชีวิตตามน้ำพระทัยของพระองค์

ตลอดพระคัมภีร์เราเรียนรู้ว่าแม้แต่โรคภัยไข้เจ็บก็อยู่ภายใต้การควบคุมของพระเจ้า พระองค์ทรงปกป้องผู้คนที่ยำเกรงพระองค์ให้พ้นจากโรคภัยไข้เจ็บ และโรคภัยไข้เจ็บจะแทรกซึมเข้าไปในร่างกายของผู้คนที่ทำบาปเพราะพระเจ้าจะทรงหันพระพักตร์ไปจากเขา

เพราะเหตุใดจึงมีโรคภัยไข้เจ็บและความทุกข์ทรมานที่เกิดจากโรคภัยเหล่านั้น พระเจ้าพระผู้สร้างทรงทำให้มีโรคภัยไข้เจ็บเมื่อพระองค์ทรงสร้างโลกเพื่อให้มนุษย์มีชีวิตอยู่ท่ามกลางภัยอันตรายของโรคภัยไข้เจ็บใช่หรือไม่ พระเจ้าพระผู้สร้างทรงสร้างมนุษย์และทรงควบคุมสิ่งสารพัดในจักรวาลไว้ด้วยความดีงาม ความชอบธรรมและความรัก

ปฐมกาล 1:26-28 บันทึกไว้ว่า
แล้วพระเจ้าตรัสว่า "ให้เราสร้างมนุษย์ตามพระฉายาตามอย่างข

องเรา ให้ครอบครองฝูงปลาในทะเลฝูงนกในอากาศและฝูงสัตว์ ให้ปกครองแผ่นดินทั่วไปและสัตว์ต่าง ๆ ที่เลื้อยคลานบนแผ่นดิน" พระเจ้าจึงทรงสร้างมนุษย์ขึ้นตามพระฉายาของพระองค์ตามพระฉายาของพระเจ้านั้นพระองค์ทรงสร้างมนุษย์ขึ้นและได้ทรงสร้างให้เป็นชายและหญิง พระเจ้าทรงอวยพระพรแก่มนุษย์ตรัสแก่เขาว่า "จงมีลูกดกทวีมากขึ้นจนเต็มแผ่นดิน จงมีอำนาจเหนือแผ่นดิน จงครอบครองฝูงปลาในทะเลและฝูงนกในอากาศกับบรรดาสัตว์ที่เคลื่อนไหวบนแผ่นดิน"

หลังจากการสร้างสภาพแวดล้อมที่เหมาะสมที่สุดต่อการดำรงชีพของมนุษย์ (ปฐมกาล 1:3-25) พระเจ้าทรงสร้างมนุษย์ขึ้นตามพระฉายาของพระองค์ ทรงอวยพรมนุษย์ที่พระองค์สร้างขึ้นพร้อมทั้งประทานเสรีภาพและสิทธิอำนาจมากที่สุดแก่มนุษย์

เมื่อเวลาผ่านไป มนุษย์ชื่นชมกับพระพรที่พระเจ้าประทานให้เมื่อเขาเชื่อฟังคำบัญชาของพระองค์และอาศัยอยู่ในสวนเอเดนซึ่งไม่มีการร้องไห้ ความโศกเศร้า ความทุกข์ และโรคภัยไข้เจ็บ เมื่อพระเจ้าทรงเห็นว่าสิ่งสารพัดที่พระองค์ทรงสร้างขึ้นเป็นสิ่งที่ดี (ปฐมกาล 1:31) พระองค์จึงทรงมอบคำบัญชาต่อไปนี้แก่มนุษย์ "บรรดาผลไม้ทุกอย่างในสวนนี้เจ้ากินได้ทั้งหมด เว้นแต่ต้นไม้แห่งความสำนึกในความดีและความชั่ว ผลของต้นไม้นั้นอย่ากินเพราะในวันใดที่เจ้าขืนกิน เจ้าจะต้องตายแน่" (ปฐมกาล 2:16-17)

ถึงกระนั้น เมื่องูเจ้าเล่ห์เห็นว่ามนุษย์ไม่ได้รักษาคำบัญชาของพระเจ้าไว้ในจิตใจของตนแต่กลับเพิกเฉยต่อคำบัญชานั้น งูจึงทดลอง

เอวาผู้เป็นภรรยาของมนุษย์คนแรกที่พระเจ้าทรงสร้างขึ้น เมื่ออาดัมและเอวากินผลไม้จากต้นไม้แห่งการสำนึกในความดีและความชั่วและหลงทำบาป (ปฐมกาล 3:1-6) ความตายจึงบังเกิดขึ้นกับมนุษย์ตามที่พระเจ้าทรงเตือนไว้ (โรม 6:23)

หลังจากทำบาปด้วยการไม่เชื่อฟังและเมื่อมนุษย์ได้รับค่าจ้างของความบาปและพบกับความตาย วิญญาณจิตภายในมนุษย์ (ซึ่งเป็นศูนย์บังคับบัญชาของเขา) ก็ตายและความสัมพันธ์ระหว่างมนุษย์กับพระเจ้าก็หมดสิ้นลงด้วยเช่นกัน มนุษย์ถูกขับออกจากสวนเอเดนและดำเนินชีวิตด้วยการร้องไห้คร่ำครวญ ความโศกเศร้า ความทุกข์ โรคภัยไข้เจ็บ และความตาย สิ่งสารพัดบนแผ่นดินโลกก็ถูกสาปแผ่นดินให้ต้นไม้และพืชที่มีหนาม มนุษย์ต้องทำมาหากินด้วยเหงื่ออาบหน้าของตน (ปฐมกาล 3:16-24)

ดังนั้น มูลเหตุของโรคภัยไข้เจ็บจึงได้แก่ความบาปดั้งเดิมที่เกิดขึ้นจากการไม่เชื่อฟังของอาดัม ถ้าอาดัมเชื่อฟังพระเจ้าเขาคงไม่ถูกขับไล่ออกจากสวนเอเดน แต่คงดำเนินชีวิตที่มีสุขภาพพลานามัยสมบูรณ์ตลอดเวลา กล่าวคือ มนุษย์ทุกคนเป็นคนบาปผ่านทางบุคคลคนเดียวและดำเนินชีวิตอยู่ท่ามกลางภัยอันตรายและความทุกข์ทรมานของโรคภัยไข้เจ็บนานาชนิด ถ้าปัญหาเรื่องความบาปไม่ได้รับการแก้ไขก่อนเป็นอันดับแรก ไม่มีมนุษย์ใดจะเป็นผู้ชอบธรรมในสายพระเนตรของพระเจ้าด้วยการประพฤติตามธรรมบั

ญญัติได้ (โรม 3:20)

ดวงอาทิตย์แห่งความชอบธรรมซึ่งมีปีกรักษาโรคภัย

มาลาคี 4:2 บอกเราว่า "แต่ดวงอาทิตย์แห่งความชอบธรรมซึ่งมีปีกรักษาโรคภัยได้จะขึ้นมาสำหรับคนเหล่านั้นที่ยำเกรงนามของเรา เจ้าจะกระโดดโลดเต้นออกไปเหมือนลูกวัวออกไปจากคอก" ข้อความที่ว่า "ดวงอาทิตย์แห่งความชอบธรรม" ในที่หมายถึงพระเมสสิยาห์

พระเจ้าทรงมีพระเมตตาต่อมนุษย์ผู้ที่กำลังมุ่งหน้าไปสู่ความพินาศและได้รับความทุกข์ทรมานจากโรคภัยไข้เจ็บ พระองค์ทรงไถ่เราให้รอดจากความบาปทั้งปวงของเราโดยทางพระเยซูคริสต์ที่พระเจ้าทรงจัดเตรียมไว้ด้วยการยอมให้พระเยซูถูกตรึงบนกางเขนและพระโลหิตทั้งสิ้นของพระองค์หลั่งไหลออกมา ด้วยเหตุนี้ผู้ที่ต้อนรับเอาพระเยซูคริสต์ ได้รับการยกโทษความผิดบาปของตน และบรรลุถึงความรอดก็สามารถเป็นอิสระจากโรคภัยไข้เจ็บและมีสุขภาพพลานามัยสมบูรณ์ เนื่องจากคำแช่งสาปที่เกิดขึ้นกับสิ่งสารพัด มนุษย์จึงต้องดำเนินชีวิตอยู่ท่ามกลางอันตรายของโรคภัยไข้เจ็บตราบใดที่เขายังมีลมหายใจ แต่ด้วยความรักและพระคุณของพระเจ้า บัดนี้พระเจ้าทรงเปิดหนทางไปสู่เสรีภาพจากโรคภัยไข้เจ็บ

เมื่อบุตรของพระเจ้าต่อสู้กับความบาปจนถึงเลือดไหล (ฮีบรู

12:4) และดำเนินชีวิตด้วยพระคำของพระองค์ พระเจ้าจะทรงปกป้องคนเหล่านั้นด้วยพระเนตรที่เป็นเหมือนเปลวไฟลุกโชนและป้องกันเขาไว้ด้วยกำแพงไฟของพระวิญญาณบริสุทธิ์เพื่อว่าพิษในอากาศจะไม่สามารถแทรกซึมเข้าไปในร่างกายของคนเหล่านั้นได้ ถ้าหากคนหนึ่งคนใดล้มป่วย เมื่อเขากลับใจใหม่และหันไปจากวิถีของตน พระเจ้าจะทรงเผาผลาญโรคภัยไข้เจ็บและรักษาอวัยวะที่เป็นโรคของเขา นี่เป็นการรักษาด้วย "ดวงอาทิตย์แห่งความชอบธรรม"

การแพทย์ยุคใหม่ได้พัฒนาวิธีการบำบัดรักษาด้วยรังสีอุลตร้าไวโอเลตซึ่งมีการใช้อย่างกว้างขวางในปัจจุบันเพื่อป้องกันและรักษาโรคภัยไข้เจ็บนานาชนิด รังสีอุลตร้าไวโอเลตมีประสิทธิภาพสูงในการฆ่าเชื้อและการก่อให้เกิดความเปลี่ยนแปลงทางเคมีภายในร่างกาย การบำบัดรักษาวิธีนี้สามารถทำลายเชื้อแบคทีเรียในลำไส้ใหญ่ โรคคอตีบ และโรคบิดอันเนื่องมาจากเชื้อแบคทีเรียได้ประมาณ 99% และยังมีประสิทธิภาพในการรักษาวัณโรค โรคกระดูกอ่อนเพราะขาดวิตามินดีและแคลเซียม โรคโลหิตจาง โรคไขข้ออักเสบ และโรคผิวหนังด้วยเช่นกัน แต่การรักษาด้วยรังสีอุลตร้าไวโอเลต (ซึ่งถือเป็นวิธีการบำบัดที่มีประโยชน์และมีประสิทธิภาพ) ก็ไม่สามารถรักษาโรคภัยไข้เจ็บทุกชนิดได้

มีเพียง "ดวงอาทิตย์แห่งความชอบธรรมซึ่งมีปีกรักษาโรคภัย" ในพระคัมภีร์เท่านั้นที่เป็นรังสีแห่งฤทธิ์อำนาจซึ่งสามารถรักษาโรคภัยไข้เจ็บทุกชนิดได้ รังสีจากดวงอาทิตย์แห่งความชอบธรรมสามา

รถรักษาโรคภัยไข้เจ็บทุกชนิด เนื่องจากรังสีประเภทนี้สามารถประยุกต์ใช้กับทุกคน ดังนั้นวิธีการที่พระเจ้าทรงรักษาโรคจึงเรียบง่ายแต่มีความสมบูรณ์แบบและได้ผลดีที่สุด

ไม่นานหลังจากการก่อตั้งคริสตจักรของข้าพเจ้า มีคนหามผู้ป่วยคนหนึ่งซึ่งใกล้จะเสียชีวิตและทนทุกข์ทรมานกับความเจ็บปวดที่เกิดจากโรคอัมพาตและโรคมะเร็งมาหาข้าพเจ้า ชายคนนั้นพูดไม่ได้เพราะลิ้นแข็งและร่างกายทุกส่วนเคลื่อนไหวไม่ได้เพราะเป็นอัมพาต เนื่องจากหมอหมดหนทางที่จะรักษาผู้ป่วยคนนั้น ภรรยาของเขา (ซึ่งเชื่อในฤทธิ์อำนาจของพระเจ้า) จึงขอร้องให้ชายคนนั้นยอมจำนนทุกสิ่งกับพระเจ้า เมื่อรู้ว่าทางเดียวที่จะรักษาชีวิตของตนเอาไว้คือการติดสนิทและการวิงวอนต่อพระเจ้า ชายคนนั้นพยายามนมัสการพระเจ้าแม้ขณะที่เขานอนราบอยู่กับพื้นและภรรยาของเขาวิงวอนอย่างร้อนรนด้วยความเชื่อและความรัก เมื่อข้าพเจ้าเห็นความเชื่อของคนทั้งสองข้าพเจ้าจึงอธิษฐานอย่างร้อนรนเผื่อชายคนนั้น จากนั้นไม่นานชายคนนั้นซึ่งเคยข่มเหงภรรยาของตนเพราะเธอเชื่อในพระเยซูก็กลับใจใหม่ด้วยการถวายจิตใจของตนให้กับพระเจ้าและพระองค์ทรงส่งรังสีแห่งการรักษาโรคมาเหนือเขาโดยเผาผลาญร่างกายของชายคนนั้นด้วยไฟแห่งพระวิญญาณบริสุทธิ์และทรงชำระร่างกายของเขาให้สะอาด ฮาเลลูยา เมื่อสาเหตุสำคัญของโรคภัยไข้เจ็บถูกเผาผลาญ ไม่นานชายคนนั้นก็เริ่มเดินและวิ่ง เวลาเขามีสุขภาพร่างกายแข็งแรงสมบูรณ์อีกครั้งหนึ่ง สมาชิกคริสตจักรมันมินถวายเกียรติยศแด่พระเจ้าอย่างยิ่งใหญ่และชื่นชมยินดีที่ได้มี

ประสบการณ์กับพระราชกิจแห่งการรักษาโรคอย่างอัศจรรย์ของพระเจ้า

สำหรับเจ้าที่ยำเกรงนามของเรา

พระเจ้าของเราเป็นพระเจ้าผู้ยิ่งใหญ่ที่ทรงสร้างสิ่งสารพัดในจักรวาลด้วยพระดำรัสของพระองค์และทรงสร้างมนุษย์จากผงคลีดิน เมื่อเรามีพระเจ้าผู้มีลักษณะเช่นนี้เป็นพระบิดาของเรา แม้ในยามที่เราล้มป่วย เมื่อเราพึ่งพิงพระองค์อย่างสิ้นเชิงด้วยความเชื่อ พระเจ้าทรงมองเห็นและทรงยอมรับความเชื่อของเรา พระองค์ทรงพอพระทัยที่จะรักษาเราให้หาย การเข้ารับการรักษาในโรงพยาบาลไม่ใช่สิ่งที่ผิด แต่พระเจ้าทรงชื่นชมยินดีเมื่อบุตรของพระองค์เชื่อในความรอบรู้และในฤทธิ์อำนาจอันยิ่งใหญ่สูงสุดของพระองค์ ร้องทูลพระองค์ด้วยใจร้อนรน รับเอาการรักษา และถวายเกียรติยศแด่พระองค์

ใน 2 พงศ์กษัตริย์ 20:1-11 มีเรื่องราวของกษัตริย์เฮเซคียาห์กษัตริย์แห่งยูดาห์ที่ทรงประชวรเมื่ออัสซีเรียยกทัพมาต่อสู้กับอาณาจักรของพระองค์ แต่กษัตริย์เฮเซคียาห์ได้รับการรักษาให้หายจากอาการประชวรในเวลาสามวันหลังจากพระองค์อธิษฐานต่อพระเจ้าและพระเจ้าทรงยืดอายุของพระองค์ให้ยาวออกไปอีก 15 ปี

พระเจ้าตรัสกับกษัตริย์เฮเซคียาห์ผ่านทางผู้เผยพระวจนะอิสยา

ห์ว่า "จงจัดการบ้านการเมืองของเจ้าให้เรียบร้อย เจ้าจะต้องตาย เจ้าจะไม่ฟื้น" (2 พงศ์กษัตริย์ 20:1; อิสยาห์ 38:1) กล่าวคือ กษัตริย์เฮเซคียาห์กำลังจะเสียชีวิตซึ่งพระเจ้าทรงบอกให้ท่านเตรียมตัวให้พร้อมสำหรับความตายของตนพร้อมทั้งจัดการเรื่องราวในครอบครัวและในอาณาจักรของพระองค์ให้เรียบร้อย แต่เฮเซคียาห์ทรงหันพระพักตร์เข้าข้างฝาและอธิษฐานต่อพระเจ้า (2 พงศ์กษัตริย์ 20:2) กษัตริย์เฮเซคียาห์รู้ว่าโรคภัยของพระองค์เป็นผลมาจากความสัมพันธ์ของตนเองกับพระเจ้า เฮเซคียาห์จึงหยุดกิจกรรมทุกอย่างและอุทิศตนให้กับการอธิษฐาน

เมื่อเฮเซคียาห์อธิษฐานต่อพระเจ้าด้วยใจร้อนรนและร้องไห้คร่ำครวญ พระเจ้าตรัสและทรงสัญญากับท่านว่า "เราได้ยินคำอธิษฐานของเจ้าแล้ว เราได้เห็นน้ำตาของเจ้าแล้ว ดูเถิด เราจะเพิ่มชีวิตให้เจ้าสิบห้าปี เราจะช่วยกู้เจ้าและเมืองนี้จากมือของพระราชาอัสซีเรียและป้องกันเมืองนี้ไว้" (อิสยาห์ 38:5-6) ลองคิดดูซิว่าเฮเซคียาห์จะอธิษฐานด้วยใจร้อนรนสักเพียงใดเมื่อพระเจ้าตรัสกับท่านว่า "เราได้ยินคำอธิษฐานของเจ้าแล้ว เราได้เห็นน้ำตาของเจ้าแล้ว"

พระเจ้าผู้ทรงตอบคำอธิษฐานของเฮเซคียาห์ทรงรักษาท่านจนหายสนิทเพื่อท่านจะขึ้นไปยังพระวิหารของพระเจ้าในสามวัน ยิ่งกว่านั้น พระเจ้าทรงยืดชีวิตของเฮเซคียาห์ให้ยาวออกไปอีก 15 ปี ในช่วงชีวิตที่เหลืออยู่ของเฮเซคียาห์ท่านได้รักษากรุงเยรูซาเล็มใ

ห้ปลอดภัยจากการโจมตีของกองทัพอัสซีเรีย

เพราะกษัตริย์เฮเซคียาห์รู้ดีว่าเรื่องความเป็นความตายของมนุษย์อยู่ภายใต้การควบคุมของพระเจ้า ดังนั้นการอธิษฐานต่อพระเจ้าจึงเป็นสิ่งสำคัญที่สุดสำหรับท่าน พระเจ้าทรงพอพระทัยกับความเชื่อและจิตใจที่ถ่อมลงของเฮเซคียาห์ พระองค์ทรงสัญญาที่จะรักษาเฮเซคียาห์ และเมื่อกษัตริย์องค์นี้แสวงหาหมายสำคัญของการรักษา พระเจ้าทรงทำให้เงาย้อนกลับมาสิบขั้นซึ่งเงานั้นได้เลยไปในนาฬิกาแดดของอาหัส (2 พงศ์กษัตริย์ 20:11) พระเจ้าของเราเป็นพระเจ้าแห่งการรักษาโรคและเป็นพระบิดาผู้ทรงห่วงใยซึ่งพร้อมที่จะประทานแก่ทุกคนที่แสวงหาพระองค์

ในทางตรงกันข้าม เราอ่านพบใน 2 พงศาวดาร 16:12-13 ว่า "ในปีที่สามสิบเก้าแห่งรัชกาลของพระองค์ อาสาทรงเป็นโรคที่พระบาทของพระองค์และโรคของพระองค์ก็ร้ายแรง แม้เป็นโรคอยู่พระองค์ก็มิได้ทรงแสวงหาพระเจ้า แต่ได้แสวงหาความช่วยเหลือจากแพทย์ และอาสาทรงล่วงหลับไปอยู่กับบรรพบุรุษของพระองค์ สิ้นพระชนม์ในปีที่สี่สิบเอ็ดแห่งรัชกาลของพระองค์" เมื่อกษัตริย์องค์นี้ขึ้นครองราชครั้งแรก "อาสาทรงกระทำสิ่งที่ถูกต้องในสายพระเนตรพระเจ้าดังดาวิดบรรพบุรุษของพระองค์ได้ทรงกระทำนั้น" (1 พงศ์กษัตริย์ 15:11) ครั้งแรกกษัตริย์อาสาเป็นผู้ปกครองที่เฉลียวฉลาดแต่เมื่อความเชื่อของท่านในพระเจ้าเสื่อมถอยลงและเริ่มพึ่งพามนุษย์มากขึ้น กษัตริย์องค์นี้จึงไม่ได้รับความช่วยเหลือจากพระเจ้าได้

เมื่อบาอาชากษัตริย์แห่งอิสราเอลยกทัพมาต่อสู้กับยูดาห์ อาสาหันไปพึ่งเบนฮาดัดกษัตริย์แห่งอารัม (ซีเรีย) แทนที่จะพึ่งพระเจ้า เพราะอาสาหันไปพึ่งพิงกษัตริย์แห่งซีเรียแทนที่การพึ่งพิงพระเจ้าของตน กษัตริย์แห่งยูดาห์องค์นี้จึงไม่ได้รับความช่วยเหลือจากพระเจ้า ยิ่งกว่านั้น พระเจ้าไม่พอพระทัยที่อาสาหันไปพึ่งความช่วยเหลือจากแพทย์แทนที่จะพึ่งพิงความช่วยเหลือจากพระเจ้า นั่นคือสาเหตุที่อาสาสิ้นพระชนม์หลังจากที่พระองค์ทรงเป็นโรคที่พระบาทได้เพียงสองปี แม้กษัตริย์อาสาจะอ้างว่าท่านมีความเชื่อในพระเจ้า แต่เพราะท่านไม่ได้ประพฤติตามความเชื่อดังกล่าวและไม่ได้ร้องขอความช่วยเหลือจากพระเจ้า พระเจ้าผู้ยิ่งใหญ่จึงไม่อาจกระทำสิ่งหนึ่งสิ่งใดเพื่อกษัตริย์องค์นี้ได้

รังสีแห่งการรักษาโรคจากพระเจ้าสามารถรักษาโรคภัยไข้เจ็บทุกชนิดได้เพื่อทำให้คนง่อยยืนขึ้นและเดินไป คนตาบอดมองเห็น คนหูหนวกได้ยิน และคนตายฟื้นคืนชีพขึ้นมาใหม่ ดังนั้น เพราะพระเจ้าแพทย์ผู้ประเสริฐทรงมีฤทธิ์อำนาจโดยไม่จำกัด ความร้ายแรงของโรคจึงไม่ใช่เรื่องสำคัญ จากโรคเล็ก ๆ น้อย ๆ อย่างโรคหวัดไปจนถึงโรคที่ร้ายแรงอย่างโรคมะเร็ง โรคเหล่านี้ไม่ได้แตกต่างกันสำหรับพระเจ้าแพทย์ผู้ประเสริฐ สิ่งสำคัญก็คือเราควรเข้ามาหาพระเจ้าด้วยจิตใจแบบใด เรามีจิตใจแบบอาสาหรือจิตใจแบบเฮเซคียาห์

ขอให้ท่านต้อนรับพระเยซูคริสต์ ได้รับคำตอบต่อปัญหาเรื่องความบาป เป็นผู้ชอบธรรมโดยความเชื่อ ทำให้พระเจ้าพอพระทัยด้วย

จิตใจที่ถ่อมลง มีความเชื่อที่มาพร้อมกับการประพฤติเหมือนอย่างเฮเซคียาห์ รับการรักษาให้หายจากโรคภัยไข้เจ็บทุกชนิด และดำเนินชีวิตด้วยสุขภาพที่แข็งแรงสมบูรณ์อยู่เสมอ ข้าพเจ้าอธิษฐานในพระนามขององค์พระผู้เป็นเจ้า...อาเมน

บทที่ 2

เจ้าปรารถนาจะหายโรคหรือ

ยอห์น 5:5-6

ทีนันมีชายคนหนึงป่วยมาสามสิบแปดปีแล้ว เมือพระเยซูทอดพระเนตรคนนันและทรงทราบว่าเขาป่วยอยู่อย่างนันนานแล้ว พระองค์ตรัสกับเขาว่า “เจ้าปรารถนาจะหายโรคหรือ”

เจ้าปรารถนาจะหายโรคหรือ

มีตัวอย่างของผู้คนจำนวนมากที่แสวงหาพระเจ้าและรู้จักกับพระองค์ซึ่งเมื่อก่อนคนเหล่านั้นไม่รู้จักกับพระเจ้า บางคนมาหาพระเจ้าด้วยการทำตามจิตสำนึกที่ดีงามของตนในขณะที่คนอื่น ๆ มารู้จักกับพระองค์หลังจากที่เขาได้ยินถึงพระกิตติคุณ บางคนพบกับพระเจ้าหลังจากเกิดความสงสัยในชีวิตผ่านความล้มเหลวทางธุรกิจหรือครอบครัวที่แตกแยก มีอีกหลายคนที่มารู้จักกับพระเจ้าด้วยจิตใจที่เร่าร้อนหลังจากประสบกับความเจ็บปวดฝ่ายร่างกายอย่างทรมานหรือเพราะความกลัวตาย

เพื่อมอบถวายความเจ็บป่วยของท่านทั้งสิ้นแด่พระเจ้าและรับการรักษาให้หายจากโรคของตน ท่านต้องปรารถนาที่จะหายโรคเหนืออสิ่งอื่นใดเหมือนอย่างชายที่นอนป่วยมาเป็นเวลาสามสิบแปดปีคนนั้นได้กระทำ

ในกรุงเยรูซาเล็มใกล้บริเวณประตูแกะมีสระอยู่สระหนึ่งภาษาฮีบรูเรียกว่า “เบธซาธา” (แปลว่า “บ้านแห่งความเมตตา”) ริมสระแห่งนี้มีศาลาล้อมรอบอยู่ห้าหลังซึ่งมีคนเจ็บป่วย คนตาบอด คนง่อย และคนเป็นอัมพาตเป็นอันมากนอนอยู่เพราะมีตำนานเล่าขานกันมาว่ามีทูตสวรรค์องค์หนึ่งของพระเจ้าลงมากวนน้ำในสระเป็นครั้งคราว และเชื่อกันว่าเมื่อน้ำกระเพื่อมถ้าผู้ใดก้าวลงไปในสระเป็นคนแรกผู้นั้นก็จะหายโรคที่เขาเป็นอยู่

เมื่อทอดพระเนตรเห็นชายคนหนึ่งที่ป่วยมาสามสิบแปดปีนอนอยู่ข้างสระ (พระเยซูทรงทราบแล้วว่าชายคนนั้นป่วยมาเป็นเวลานานเพียงใด) พระเยซูจึงตรัสถามเขาว่า “เจ้าปรารถนาจะหายโรคหรือ”

ชายคนนั้นทูลตอบพระองค์ว่า "ท่านเจ้าข้า เมื่อน้ำกำลังกระเพื่อมนั้นไม่มีผู้ใดที่จะเอาตัวข้าพเจ้าลงไปในสระและเมื่อข้าพเจ้ากำลังไปคนอื่นก็ลงไปก่อนแล้ว" (ยอห์น 5:7) จากถ้อยคำดังกล่าว ชายคนนี้กำลังบอกกับองค์พระผู้เป็นเจ้าว่าแม้เขาอยากหายโรคมากเพียงใดก็ตามแต่เขาก็ไม่สามารถช่วยตนเองให้ไปยังจุดนั้นได้ องค์พระผู้เป็นเจ้าของเราทอดพระเนตรที่จิตใจของชายคนนั้นและตรัสกับเขาว่า "จงลุกขึ้นยกแคร่ของเจ้าเดินไปเถิด" ในทันใดนั้นชายคนนั้นก็หายโรคและเขาก็ยกแคร่ของตนเดินไป (ยอห์น 5:8)

ท่านต้องต้อนรับเอาพระเยซูคริสต์

เมื่อชายที่ป่วยมาเป็นเวลาสามสิบแปดปีพบพระเยซูคริสต์เขาก็หายโรคทันที เมื่อเขาเชื่อในพระเยซูคริสต์ผู้เป็นแหล่งของชีวิตที่แท้จริงชายคนนั้นได้รับการยกโทษบาปของตนและโรคของเขาได้รับการรักษา

ในพวกท่านมีผู้ใดที่ทนทุกข์จากโรคภัยไข้เจ็บหรือไม่ ถ้าท่านทนทุกข์จากโรคภัยไข้เจ็บและต้องการมาหาพระเจ้าและรับการรักษาให้หายจากโรคนั้น ประการแรกท่านต้องต้อนรับเอาพระเยซูคริสต์เป็นบุตรของพระเจ้า และรับการยกโทษบาปเพื่อทำลายอุปสรรคระหว่างท่านกับพระเจ้าออกไป ท่านต้องเชื่อว่าพระเจ้าทรงรอบรู้สิ่งสารพัดและทรงมีฤทธิ์อำนาจสูงสุด พระองค์สามารถกระทำการอัศจรรย์ได้ ท่านต้องเชื่อเช่นกันว่าท่านได้รับการไถ่ให้พ้นจากโรคภัยไข้เจ็บด้วยรอยฟกช้ำของพระเยซูและเมื่อท่านแสวงหาในพระนามของพระเยซูคริสต์ท่านจะได้รับการรักษาให้หายจากโรค

เมื่อท่านทูลขอด้วยความเชื่อแบบนี้พระเจ้าจะทรงฟังคำอธิษฐานแห่งความเชื่อของท่านและจะทรงรักษาโรคของท่านให้หาย ไม่ว่าท่านจะป่วยเป็นโรคนั้นมานานหรือรุนแรงสักเพียงใดก็ตาม ขอให้ท่านมอบปัญหาเรื่องโรคภัยไข้เจ็บทั้งสิ้นแด่พระเจ้าโดยจำไว้ว่าท่านสามารถมีสุขภาพร่างกายแข็งแรงในทันทีเมื่อพระเจ้าแห่งฤทธิ์เดชอำนาจทรงรักษาท่าน

เมื่อคนง่อยในมาระโก 2:3-12 ได้ยินว่าพระเยซูเสด็จมายังเมืองคาเปอรนาอุม ชายคนนั้นต้องการพบพระเยซู เมื่อเขาได้ยินว่าพระเยซูทรงรักษาโรคภัยไข้เจ็บปของประชาชน ขับผีออกและรักษาคนโรคเรื้อนให้หาย ชายง่อยคนนั้นคิดว่าถ้าเขาเชื่อเขาก็จะหายโรคด้วยเช่นกัน เมื่อเขารู้ว่าตนไม่สามารถเข้าไปใกล้พระเยซูเนื่องจากฝูงชนจำนวนมาก เพื่อนของชายง่อยคนนั้นจึงรื้อหลังคาบ้านที่พระเยซูประทับและหย่อนแคร่ที่คนง่อยนอนอยู่ลงไปหาพระองค์

ลองคิดดูซิว่าชายง่อยคนนั้นต้องการไปอยู่ต่อพระพักตร์พระเยซูมากสักเพียงใด พระเยซูทรงมีปฏิกิริยาเช่นใดเมื่อชายง่อยคนนั้น (ซึ่งเดินทางไปไหนมาไหนไม่ได้และไม่สามารถเข้าไปข้างในบ้านเนื่องจากฝูงชน) แสดงออกถึงความเชื่อและความมุ่งมั่นของเขาด้วยความช่วยเหลือของเพื่อน พระเยซูไม่ได้ต่อว่าเขาที่แสดงพฤติกรรมเช่นนั้น แต่ตรงกันข้ามพระองค์ตรัสว่า “ลูกเอ๋ยบาปของเจ้าได้รับอภัยแล้ว” และทรงทำให้เขาลุกขึ้นและเดินในทันที

พระเจ้าตรัสกับเราในสุภาษิต 8:17 ว่า “เรารักบรรดาผู้ที่รักเราและบรรดาผู้ที่แสวงเราก็พบเรา” ถ้าท่านต้องการเป็นอิสระจากโรคภั

ยไข้เจ็บ ประการแรกท่านต้องปรารถนาที่จะหายจากโรคภัยไข้เจ็บ เชื่อในฤทธิ์อำนาจของพระเจ้าว่าสามารถแก้ปัญหาเรื่องโรคภัยของท่านได้และต้อนรับเอาพระเยซูคริสต์

ท่านต้องทำลายกำแพงบาป

ไม่ว่าท่านจะเชื่อมากเพียงใดก็ตามว่าท่านสามารถหายโรคด้วยฤทธิ์อำนาจของพระเจ้าได้ พระองค์จะไม่ทรงกระทำการในชีวิตท่านถ้ายังมีกำแพงบาปขวางกั้นระหว่างท่านกับพระเจ้าเอาไว้ เพราะฉะนั้นพระเจ้าจึงตรัสกับเราในอิสยาห์ 1:15-17 ว่า "เมื่อเจ้ากางมือของเจ้าออก เราจะซ่อนหน้าของเราเสียจากเจ้า แม้ว่าเจ้าจะอธิษฐานมากมาย เราจะไม่ฟัง มือของเจ้าเปรอะไปด้วยโลหิต จงชำระตัว จงทำตัวให้สะอาด จงเอากรรมชั่วของเจ้าออกไปให้พ้นจากสายตาของเรา จงเลิกกระทำชั่ว จงฝึกกระทำดี จงแสวงหาความยุติธรรม จงบรรเทาผู้ถูกบีบบังคับ จงป้องกันให้ลูกกำพร้าพ่อ จงสู้ความเพื่อหญิงม่าย" และพระองค์ทรงสัญญาในข้อ 18 ว่า "มาเถิด ให้เราสู้ความกัน ถึงบาปของเจ้าเหมือนสีแดงเข้มก็จะขาวอย่างหิมะ ถึงมันจะแดงอย่างผ้าแดง ก็จะกลายเป็นอย่างขนแกะ" เรายังพบข้อความต่อไปนี้ในอิสยาห์ 59:1-3 เช่นกันว่า

> ดูเถิด พระหัตถ์ของพระเจ้ามิได้สั้นลงที่จะช่วยให้รอดไม่ได้ หรือพระกรรณตึงซึ่งจะไม่ทรงได้ยิน แต่ว่าความบาปชั่วของเจ้าทั้งหลายได้กระทำให้เกิดการแยกระหว่างเจ้า

กับพระเจ้าของเจ้าและบาปของเจ้าทั้งหลายได้บังพระพักตร์ของพระองค์เสียจากเจ้า พระองค์จึงมิได้ยิน เพราะมือของเจ้ามลทินด้วยโลหิตและนิ้วมือของเจ้าด้วยความบาปชั่ว ริมฝีปากของเจ้าได้พูดคำเท็จ ลิ้นของเจ้าพึมพำความอธรรม

คนที่ไม่รู้จักพระเจ้า ไม่ได้ต้อนรับเอาพระเยซูคริสต์ และดำเนินชีวิตตามใจของตนมักไม่ตระหนักว่าตนเป็นคนบาป เมื่อผู้คนต้อนรับเอาพระเยซูคริสต์เป็นพระผู้ช่วยให้รอดของตนและได้รับพระวิญญาณบริสุทธิ์เป็นของขวัญ พระวิญญาณบริสุทธิ์จะทำให้โลกรู้แจ้งในเรื่องความผิดบาป ความชอบธรรม และการพิพากษา คนเหล่านี้จะยอมรับและสารภาพว่าตนเป็นคนผิดบาป (ยอห์น 16:8-11)
อย่างไรก็ตาม เนื่องจากมีตัวอย่างมากมายที่ผู้คนไม่รู้ในรายละเอียดว่าความบาปคืออะไร ดังนั้นคนเหล่านี้จึงไม่สามารถกำจัดความบาปและความชั่วภายในตนออกไปและไม่ได้รับคำตอบจากพระเจ้า อันดับแรกคนเหล่านี้ต้องรู้ว่าความบาปคืออะไรในสายพระเนตรของพระเจ้า เพราะความเจ็บป่วยและโรคภัยทั้งสิ้นเกิดจากบาป ท่านจะมีประสบการณ์กับการรักษาโรคโดยฉับพลันได้ก็ต่อเมื่อท่านหันกลับไปดูตนเองและทำลายกำแพงบาปที่มีอยู่เท่านั้น
ขอให้เราเจาะลึกลงไปในพระคัมภีร์ว่าความบาปคืออะไรและเราจะทำลายกำแพงบาปนั้นได้อย่างไร

1. ท่านต้องกลับใจจากการไม่เชื่อในพระเจ้าและการไม่ต้อนรับเอาพระเยซูคริสต์

พระคัมภีร์บอกเราว่าการไม่เชื่อในพระเจ้าและการไม่ต้อนรับเอาพระเยซูคริสต์เป็นพระผู้ช่วยให้รอดของเราคือความบาป (ยอห์น 16:9) คนที่ไม่เชื่อหลายคนพูดว่าตนมีชีวิตที่ดีงามแต่คนเหล่านี้ไม่รู้จักตนเองอย่างแท้จริงเพราะเขาไม่รู้จักพระคำของพระเจ้า—ซึ่งเป็นความสว่างของพระเจ้า—และไม่สามารถแยกแยะสิ่งที่ถูกจากสิ่งที่ผิด

ถึงแม้บุคคลอาจมั่นใจว่าตนมีชีวิตที่ดีงาม แต่เมื่อเขาเผชิญหน้ากับความจริงซึ่งได้แก่พระวจนะของพระเจ้าที่ยิ่งใหญ่ผู้ทรงสร้างสิ่งสารพัดในจักรวาลและทรงมีอำนาจควบคุมเหนือชีวิต ความตาย การแช่งสาป และพระพร บุคคลนั้นจะเห็นถึงความอธรรมและความเท็จมากมายในชีวิตของตน เพราะฉะนั้นพระคัมภีร์จึงบอกเราว่า "เพราะว่าในสายพระเนตรของพระเจ้าไม่มีผู้หนึ่งผู้ใดเป็นคนชอบธรรมโดยการประพฤติตามธรรมบัญญัติ เพราะว่าธรรมบัญญัตินั้นทำให้เรารู้จักบาปได้" (โรม 3:20)

เมื่อท่านต้อนรับเอาพระเยซูคริสต์และเป็นบุตรของพระเจ้า (หลังจากท่านกลับใจจากความไม่เชื่อในพระเจ้าและการไม่ต้อนรับเอาพระเยซูคริสต์) พระเจ้าผู้ยิ่งใหญ่จะทรงเป็นพระบิดาของท่านและท่านจะได้รับคำตอบต่อปัญหาโรคภัยไข้เจ็บที่ท่านมีอยู่

2. ท่านต้องกลับใจจากการไม่รักพี่น้อง

พระคัมภีร์บอกเราว่า "ท่านที่รักทั้งหลาย ถ้าพระเจ้าทรงรักเราทั้งหลายเช่นนั้น เราก็ควรจะรักซึ่งกันและกันด้วย" (1 ยอห์น 4:11) พระคัมภีร์เตือนเราให้รักศัตรูของเราเช่นกัน (มัทธิว 5:44) ถ้าเรา

กลียดชังพี่น้องเราก็ไม่ได้เชื่อฟังพระคำของพระเจ้าและทำบาป

พระเยซูทรงสำแดงความรักของพระองค์ต่อมนุษย์ที่อยู่ในความบาปและความชั่วด้วยการสิ้นพระชนม์บนไม้กางเขนฉันใด เราก็สมควรรักพ่อแม่ ลูกหลาน และพี่น้องชายหญิงของเราด้วยฉันนั้น การเกลียดชังซึ่งกันและกันและการไม่ยกโทษเพราะความมุ่งร้ายและความเข้าใจผิดที่มีต่อกันไม่ใช่สิ่งที่ถูกต้องในสายพระเนตรของพระเจ้า

พระเยซูทรงมอบคำอุปมาเรื่องหนึ่งให้กับเราในมัทธิว 18:23-35

เหตุฉะนั้น แผ่นดินสวรรค์เปรียบเหมือนเจ้าองค์หนึ่งทรงประสงค์จะคิดบัญชีกับทาส เมื่อตั้งต้นทำการนั้นแล้วเขาพาคนหนึ่งซึ่งเป็นหนี้หนึ่งหมื่นตะลันต์มาเฝ้า ท่านจึงสั่งให้ขายตัวกับทั้งเมียและลูกและบรรดาสิ่งของที่เขามีอยู่นั้นเอามาใช้หนี้เพราะเขาไม่มีเงินจะใช้หนี้ ทาสลูกหนี้ผู้นั้นจึงกราบลงวิงวอนว่า "ข้าแต่ท่าน ขอโปรดผัดไว้ก่อนแล้วข้าพเจ้าจะใช้หนี้ทั้งสิ้น" เจ้าองค์นั้นมีพระทัยเมตตาโปรดยกหนี้ปล่อยตัวเขาไป แต่ทาสผู้นั้นออกไปพบคนหนึ่งเป็นเพื่อนทาสด้วยกันซึ่งเป็นหนี้เขาอยู่หนึ่งร้อยเดนาริอัน จึงจับคนนั้นบีบคอว่า "จงใช้หนี้ให้ข้า" เพื่อนทาสคนนั้นได้กราบลงอ้อนวอนว่า "ขอโปรดผัดไว้ก่อนแล้วข้าพเจ้าจะใช้ให้" แต่เขาไม่ยอมจึงนำทาสลูกหนี้นั้นไปจำจองไว้จนกว่าจะใช้เงินนั้น ฝ่ายพวกเพื่อนทาสเมื่อเห็นเหตุการณ์เช่นนั้นก็พากันสลดใจยิ่งนักจึงนำเหตุการณ์ทั้งปวงไปกราบทูลเจ้าองค์นั้น

ท่านจึงทรงเรียกทาสนั้นมาสั่งว่า "อ้ายข้าชาติชั่ว เราได้โปรดย
กหนี้ให้เอ็งหมดเพราะเอ็งได้อ้อนวอนเรา เอ็งควรจะเมตตาเ
พื่อนทาสด้วยกันเหมือนเราได้เมตตาเอ็งมิใช่หรือ" แล้วเจ้าอ
งค์นั้นกริ้วจึงมอบผู้นั้นไว้แก่เจ้าหน้าที่ให้ทรมานจนกว่าจะใ
ช้หนี้หมด พระบิดาของเราผู้ทรงสถิตในสวรรค์จะทรงกระท
ำแก่ท่านทุกคนอย่างนั้นถ้าหากว่าท่านแต่ละคนไม่ยกโทษให้
แก่พี่น้องของท่านด้วยใจกว้างขวาง
เมื่อเราได้รับพระคุณและการยกโทษจากพระเจ้าพระ

บิดาของเราแล้ว เราจะไม่ยอมยกโทษความผิดและความบกพร่องของพี่น้องเราหรือ เราจะชิงดีชิงเด่นกัน เป็นศัตรูกัน ขุ่นเคืองใจกัน และยั่วยุกันและกันอยู่อีกหรือ

พระเจ้าตรัสกับเราว่า "ผู้ใดที่เกลียดชังพี่น้องของตนผู้นั้นก็เป็นผู้ฆ่าคนและท่านทั้งหลายก็รู้แล้วว่าผู้ฆ่าคนนั้นไม่มีชีวิตนิรันดร์ดำรงอยู่ในเขาเลย" (1 ยอห์น 3:15) "พระบิดาของเราผู้ทรงสถิตในสวรรค์จะทรงกระทำแก่ท่านทุกคนอย่างนั้นถ้าหากว่าท่านแต่ละคนไม่ยกโทษให้แก่พี่น้องของท่านด้วยใจกว้างขวาง" (มัทธิว 18:35) และพระคำของพระเจ้าเตือนเราว่า "พี่น้องทั้งหลาย จงอย่าบ่นว่ากันและกันเพื่อท่านจะไม่ต้องถูกทรงพิพากษา จงดูองค์พระผู้พิพากษาทรงประทับยืนอยู่ที่ประตูแล้ว" (ยากอบ 5:9)

เราต้องตระหนักว่าถ้าเราไม่รักพี่น้องแต่กลับเกลียดชังคนเหล่านั้นเราก็ทำบาปเช่นกันและเราจะไม่เต็มล้นด้วยพระวิญญาณบริสุทธิ์และจะถูกรุมเร้าด้วยโรคภัยไข้เจ็บ ด้วยเหตุนี้ แม้พี่น้องของเราจะเกลียดชังเราและทำให้เราผิดหวัง เราไม่ควรเกลียดชังและทำให้คนเห

ล่านั้นผิดหวัง ตรงกันข้าม เราต้องระวังรักษาจิตใจของเราด้วยความจริง ความเข้าใจ และการยกโทษให้กับคนเหล่านั้น จิตใจของเราต้องสามารถอธิษฐานเผื่อพี่น้องเหล่านั้น เมื่อเราเข้าใจ ยกโทษ และรักซึ่งกันและกันด้วยความช่วยเหลือของพระวิญญาณบริสุทธิ์ พระเจ้าจะทรงสำแดงความรักและความเมตตาของพระองค์แก่เราพร้อมทั้งจะทรงรักษาโรคภัยไข้เจ็บของเราเช่นกัน

3. ท่านต้องกลับใจถ้าท่านอธิษฐานด้วยความโลภ

เมื่อพระเยซูทรงรักษาเด็กที่ถูกผีเข้าสิง เหล่าสาวกทูลถามพระองค์ว่า “เหตุไฉนพวกข้าพระองค์ขับผีนั้นไม่ออก” (มาระโก 9:28) พระเยซูตรัสตอบเขาว่า “ผีอย่างนี้จะขับให้ออกไม่ได้เลยเว้นแต่โดยการอธิษฐานเท่านั้น” (มาระโก 9:29)

เพื่อรับการรักษาในระดับหนึ่ง การอธิษฐานและการวิงวอนเป็นสิ่งที่เราต้องทำ ถึงกระนั้น การอธิษฐานเพื่อเห็นแก่ประโยชน์ของตนเองจะไม่ได้รับคำตอบเพราะว่าพระเจ้าไม่พอพระทัยกับคำอธิษฐานเช่นนั้น พระคำของพระเจ้าสั่งเราว่า “เหตุฉะนั้นเมื่อท่านจะรับประทานจะดื่มหรือจะทำอะไรก็ตาม จงกระทำเพื่อเป็นการถวายพระเกียรติแด่พระเจ้า” (1 โครินธ์ 10:31) ด้วยเหตุนี้ เป้าหมายของการศึกษาและการมีชื่อเสียงหรือการมีอำนาจของเราต้องอยู่ที่การถวายพระเกียรติแด่พระเจ้า เราอ่านพบในยากอบ 4:2-3 ว่า “ท่านทั้งหลายอยากได้แต่ไม่ได้ท่านก็ทะเลาะและทำสงครามกัน ท่านไม่เพราะท่านไม่ได้ขอ ท่านขอและไม่ได้รับเพราะท่านขอผิดหวังได้ไปเพื่อสนองกิเลสตัณหาของท่าน”

การอธิษฐานเผื่อการรักษาโรคเพื่อทำให้เรามีสุขภาพร่างกายแข็งแรงเป็นการขอเพื่อถวายพระเกียรติแด่พระเจ้า ท่านจะได้รับคำตอบเมื่ออธิษฐานเผื่อเรื่องนี้ แต่ถ้าท่านไม่ได้รับการรักษาแม้ท่านจะอธิษฐานเผื่อเรื่องนี้ นั่นอาจเป็นเพราะว่าท่านกำลังแสวงหาบางสิ่งบางอย่างที่ไม่ถูกต้องตามความจริงแม้ว่าพระเจ้าทรงปรารถนาที่จะมอบสิ่งที่ยิ่งใหญ่กว่านั้นแก่ท่านก็ตาม

พระเจ้าทรงพอพระทัยกับคำอธิษฐานแบบใด พระเยซูตรัสกับเราในมัทธิว 6:33 ว่า "แต่ท่านทั้งหลายจงแสวงหาแผ่นดินของพระเจ้าและความชอบธรรมของพระองค์ก่อนแล้วพระองค์จะทรงเพิ่มเติมสิ่งทั้งปวงเหล่านี้ให้" แทนที่เราจะกระวนกระวายในเรื่องอาหารการกิน เสื้อผ้า และปัจจัยต่าง ๆ อันดับแรกเราต้องทำให้พระเจ้าพอพระทัยด้วยการอธิษฐานเผื่อแผ่นดินและความชอบธรรมของพระองค์และเผื่อการประกาศพระกิตติคุณและการชำระให้บริสุทธิ์ เมื่อท่านทำเช่นนั้นพระเจ้าจะทรงตอบสนองตามที่ใจของท่านปรารถนาและจะทรงรักษาโรคของท่านให้หาย

4. ท่านต้องกลับใจถ้าท่านอธิษฐานด้วยความสงสัย

พระเจ้าทรงพอพระทัยกับคำอธิษฐานที่แสดงออกถึงความเชื่อ เราพบความจริงข้อนี้ในฮีบรู 11:6 ที่ว่า "แต่ถ้าไม่มีความเชื่อแล้วจะเป็นที่พระทัยของพระเจ้าก็ไม่ได้เลย เพราะว่าผู้ที่จะมาเฝ้าพระเจ้าได้นั้นต้องเชื่อว่าพระองค์ทรงดำรงพระชนม์อยู่และพระองค์ทรงเป็นผู้ประทานบำเหน็จให้แก่ทุกคนที่แสวงหาพระองค์" ในทำนองเดียวกัน ยากอบ 1:6-7 เตือนเราว่า "แต่จงให้ผู้นั้นทูลขอ

ด้วยความเชื่อ อย่าสงสัยเลย เพราะว่าผู้ที่สงสัยเป็นเหมือนคลื่นในทะเลซึ่งถูกลมพัดซัดไปมา ผู้นั้นจงอย่าคิดว่าจะได้รับสิ่งใดจากพระเจ้าเลย"

คำอธิษฐานด้วยความสงสัยบ่งชี้ถึงความไม่เชื่อในพระเจ้าผู้ยิ่งใหญ่ การลบหลู่ฤทธิ์อำนาจของพระองค์ และการทำให้พระองค์เป็นพระเจ้าที่ไร้ความสามารถ ท่านต้องกลับใจทันที จงทำตามแบบอย่างของบรรพบุรุษแห่งความเชื่อ และอธิษฐานอย่างร้อนรนและขยันหมั่นเพียรเพื่อท่านจะมีความเชื่อในจิตใจของตน

หลายครั้งเราพบในพระคัมภีร์ว่าพระเยซูทรงรักผู้คนที่มีความเชื่อมาก ทรงเลือกสรรคนเหล่านั้นเป็นคนทำงานของพระองค์ และทรงกระทำการของพระองค์ผ่านคนเหล่านั้น เมื่อผู้คนไม่แสดงออกถึงความเชื่อของตนพระเยซูทรงตำหนิเขาว่ามีความเชื่อน้อยแม้กระทั่งเหล่าสาวกของพระองค์ (มัทธิว 8:23-27) แต่พระองค์ทรงยกย่องและทรงรักผู้คนที่มีความเชื่อมากแม้คนเหล่านั้นจะเป็นชาวต่างชาติ (มัทธิว 8:10)

ท่านควรอธิษฐานอย่างไรและควรมีความเชื่อแบบไหน

ในมัทธิว 8:5-13 นายร้อยคนหนึ่งมาหาพระเยซูและอ้อนวอนพระองค์ให้รักษาบ่าวของตนที่เป็นง่อยนอนอยู่ที่บ้านด้วยความทุกข์เวทนา เมื่อพระเยซูตรัสกับนายร้อยคนนั้นว่า "เราจะไปรักษาเขาให้หาย" นายร้อยทูลตอบว่า "พระองค์เจ้าข้า ข้าพระองค์เป็นคนไม่สมควรจะรับเสด็จพระองค์เข้าใต้ชายคาของข้าพระองค์ ขอพระองค์ตรัสเท่านั้นบ่าวของข้าพระองค์ก็จะหายโรค" และแสดงให้พระเยซูเห็นถึงความเชื่ออันยิ่งใหญ่ของตน เมื่อทรงได้ยินคำพูดของนายร้อยคนนั้นพระเยซูทรงพอพระทัยและยกย่องเขา

ว่า "เราบอกความจริงแก่ท่านทั้งหลายว่าเราไม่เคยพบศรัทธาที่ไหนมากเท่านี้แม้ในอิสราเอล" บ่าวของนายร้อยก็หายเป็นปกติในชั่วโมงนั้น

มาระโก 5:21-43 มีบันทึกเรื่องราวของการรักษาโรคอย่างอัศจรรย์เกิดขึ้น เมื่อพระเยซูประทับอยู่ริมทะเล มีนายธรรมศาลาคนหนึ่งชื่อไยรัสเดินทางมาพบพระองค์และกราบลงที่พระบาทของพระเยซู ไยรัสทูลอ้อนวอนพระองค์ว่า "ลูกสาวเล็ก ๆ ของข้าพระองค์เจ็บเกือบจะตายแล้ว ขอเชิญพระองค์ไปวางพระหัตถ์บนเขาเพื่อเขาจะได้หายโรคและไม่ตาย"

เมื่อพระเยซูกำลังเสด็จไปกับไยรัส มีผู้หญิงคนหนึ่งซึ่งป่วยเป็นโรคตกโลหิตมาเป็นเวลาสิบสองปีเดินมาข้างหลังพระเยซูเพื่อแตะต้องฉลองพระองค์ เพราะผู้หญิงคนนั้นเชื่อว่า "ถ้าเราได้แตะต้องแต่ฉลองพระองค์เราก็จะหายโรค" เมื่อเธอยื่นมือแตะฉลองพระองค์ ทันใดนั้นโลหิตที่ตกก็หยุดแห้งไปและผู้หญิงคนนั้นรู้สึกตัวว่าโรคหายแล้ว ในเวลานั้นพระเยซูทรงรู้สึกว่าฤทธิ์อำนาจของพระองค์ซ่านออกจากพระองค์และทรงเหลียวหลังไปตรัสว่า "ใครถูกต้องเสื้อของเรา" เมื่อผู้หญิงคนนั้นทูลต่อพระองค์ตามความเป็นจริง พระเยซูจึงตรัสกับเธอว่า "ลูกหญิงเอ๋ย ที่เจ้าหายโรคนั้นก็เพราะเจ้าเชื่อ จงไปเป็นสุขและหายโรคนี้เถิด" พระองค์ประทานความรอดและพระพรของการมีสุขภาพดีให้กับผู้หญิงคนนั้น

ในขณะนั้นมีคนที่มาจากบ้านของไยรัสแจ้งให้ท่านทราบว่า "ลูกสาวของท่านตายเสียแล้ว" พระเยซูทรงให้ความมั่นใจกับไยรัสโดยตรัสกับท่านว่า "อย่าวิตกเลย จงเชื่อเท่านั้นเถิด" และเสด็จต่อไปยังบ้านของไยรัส ที่นั่นพระเยซูตรัสกับประชาชนว่า

"เด็กนั้นไม่ตายแต่นอนหลับอยู่" และตรัสกับเด็กคนนั้นว่า "ทาลิธา คูมิ" (แปลว่า "เด็กหญิงเอ๋ย เราว่าแก่เจ้าว่าจงลุกขึ้นเถิด") เด็กหญิงคนนั้นก็ลุกขึ้นเดินทันที

จงเชื่อเถิดว่าเมื่อท่านทูลขอด้วยความเชื่อ แม้โรคร้ายก็จะได้รับการรักษาให้หายและคนตายก็จะฟื้นคืนชีพขึ้นมาใหม่ ก่อนหน้านี้ถ้าท่านเคยอธิษฐานด้วยความสงสัย บัดนี้จงรับการรักษาและมีสุขภาพแข็งแรงด้วยการกลับใจจากบาปดังกล่าว

5. ท่านต้องกลับใจจากการไม่เชื่อฟังคำบัญชาของพระเจ้า

พระเยซูตรัสกับเราในยอห์น 14:21 ว่า "ผู้ใดที่มีบัญญัติของเราและประพฤติตามบัญญัตินั้นผู้นั้นแหละเป็นผู้ที่รักเราและผู้ที่รักเรานั้นพระบิดาของเราจะทรงรักเขาและเราจะรักเขาและจะสำแดงตัวให้ปรากฏแก่เขา" 1 ยอห์น 3:21-22 เตือนเราเช่นกันว่า "ท่านที่รักทั้งหลาย ถ้าใจของเราไม่ได้กล่าวโทษเรา เราก็มีความมั่นใจที่จะเข้าเฝ้าพระเจ้า และเราขอสิ่งใด ๆ เราก็ได้สิ่งนั้น ๆ จากพระองค์เพราะเราประพฤติตามพระบัญญัติของพระองค์และปฏิบัติตามชอบพระทัยพระองค์" คนบาปไม่อาจมีความมั่นใจต่อพระพักตร์พระเจ้าได้ แต่ถ้าจิตใจของท่านตรงไปตรงมาและปราศจากตำหนิเมื่อประเมินด้วยพระคำแห่งความจริง ท่านก็สามารถทูลขอทุกอย่างจากพระเจ้าได้ด้วยใจกล้าหาญ

ด้วยเหตุนี้ ในฐานะผู้เชื่อของพระเจ้า ท่านต้องเรียนรู้และเข้าใจพระบัญญัติสิบประการซึ่งถือเป็นบทสรุปของพระคัมภีร์ทั้ง 66 เล่ม และสำรวจดูว่าชีวิตของท่านไม่ได้เชื่อฟังพระบัญญัติข้อเหล่านั้นมา

กน้อยเพียงใด

1. ท่านเคยมีพระเจ้าองค์อื่นต่อพระพักตร์พระเจ้าในจิตใจของท่านหรือไม่
2. ท่านเคยสร้างรูปเคารพจากทรัพย์สินเงินทอง บุตรหลาน สุขภาพ ธุรกิจ และสิ่งอื่น ๆ พร้อมกับนมัสการสิ่งเหล่านั้นหรือไม่
3. ท่านเคยออกพระนามของพระเจ้าอย่างไม่สมควรหรือไม่
4. ท่านรักษาวันสะบาโตของพระเจ้าให้บริสุทธิ์ตลอดเวลาหรือไม่
5. ท่านให้เกียรติบิดามารดาของท่านตลอดเวลาหรือไม่
6. ท่านเคยฆ่าคน (ไม่ว่าในด้านร่างกายหรือด้านวิญญาณ) ด้วยการเกลียดชังพี่น้องชายหญิงหรือการเป็นต้นเหตุให้คนเหล่านั้นทำบาปหรือไม่
7. ท่านเคยล่วงประเวณีแม้กระทั่งการล่วงประเวณีในจิตใจของท่านหรือไม่
8. ท่านเคยขโมยหรือไม่
9. ท่านเคยเป็นพยานเท็จต่อเพื่อนบ้านของท่านหรือไม่
10. ท่านเคยโลภทรัพย์สินของเพื่อนบ้านหรือไม่

นอกจากนั้น ท่านต้องย้อนกลับไปดูเช่นกันว่าท่านได้รักษาธรรมบัญญัติของพระเจ้าด้วยการรักเพื่อนบ้านเหมือนรักตนเองหรือไม่ เมื่อท่านเชื่อฟังคำบัญชาของพระเจ้าและทูลขอต่อพระองค์ พระเจ้าแห่งฤทธิ์อำนาจจะทรงรักษาโรคภัยไข้เจ็บทุกชนิดของท่าน

6. ท่านต้องกลับใจจากการไม่ได้หว่านในย่านพระวิญญาณ

เมื่อพระเจ้าทรงควบคุมสิ่งสารพัดในจักรวาล พระองค์ทรงตั้งกฎเกณฑ์ไว้สำหรับมิติฝ่ายวิญญาณเหมือนผู้พิพากษาที่ชอบธรรมผู้ชื่นำและจัดการสิ่งสารพัดตามกฎเกณฑ์เหล่านั้น

ในหนังสือดาเนียลบทที่ 6 กษัตริย์ดาริอัสตกอยู่ในฐานะลำบากซึ่งทำให้พระองค์ไม่สามารถช่วยกู้ดาเนียลผู้รับใช้ที่พระองค์ทรงรักจากถ้ำสิงห์ได้ถึงแม้พระองค์เป็นกษัตริย์ ในเมื่อพระองค์ทรงตรากฎหมายด้วยลายพระหัตถ์ของพระองค์ ดาริอัสจึงไม่สามารถฝ่าฝืนกฎหมายที่พระองค์ตราขึ้นได้ ถ้ากษัตริย์คือบุคคลแรกที่หลบเลี่ยงกฎเกณฑ์และไม่เชื่อฟังกฎหมาย ใครเล่าจะเชื่อฟังและรับใช้พระองค์ นั่นคือสาเหตุที่กษัตริย์ดาริอัสไม่สามารถกระทำสิ่งใดได้แม้ดาเนียลผู้รับใช้ที่พระองค์ทรงรักกำลังจะถูกโยนลงไปในถ้ำสิงห์เพราะแผนการของคนชั่วร้าย

ในทำนองเดียวกัน เมื่อพระเจ้าไม่ทรงหลบเลี่ยงกฎเกณฑ์และฝ่าฝืนกฎหมายที่พระองค์ทรงตั้งขึ้น ทุกสิ่งในจักรวาลจึงดำเนินไปอย่างเป็นระเบียบภายใต้การควบคุมของพระเจ้า ฉะนั้นพระคัมภีร์จึงกล่าวว่า “อย่าหลงเลย ท่านจะหลอกลวงพระเจ้าไม่ได้เพราะว่าผู้ใดหว่านอะไรลงก็จะเกี่ยวเก็บสิ่งนั้น” (กาลาเทีย 6:7)

เมื่อท่านหว่าน (ทุ่มเท) ในการอธิษฐาน ท่านก็จะได้รับคำตอบและเติบโตขึ้นในฝ่ายวิญญาณ ชีวิตภายในของท่านจะได้รับการเสริมกำลังและวิญญาณจิตของท่านจะรับการรื้อฟื้น ถ้าท่านเคยเจ็บป่วยหรือมีความป่วยไข้ บัดนี้ถ้าท่านหว่าน (ทุ่มเท) เวลาของท่านให้กับการเข้าร่วมนมัสการเพราะความรักที่มีต่อพระเจ้า ท่านจะได้รับพระพรของการมีสุขภาพดีและรู้สึกว่าร่างกายของท่านเปลี่ยนแปลงไป

ถ้าท่านหว่าน (สำสม) ทรัพย์สินเงินทองของท่านกับพระเจ้า พระองค์จะทรงปกป้องและคุ้มครองท่านให้พ้นจากการทดลองและทรงอวยพระพรท่านด้วยทรัพย์สมบัติทีมากกว่าเช่นกัน

เมือท่านเริมเข้าใจว่าการหว่านในพระเจ้านันสำคัญเพียงใด พระเจ้าผู้ยิงใหญ่จะทรงนำท่านไปสู่การมีสุขภาพร่างกายแข็งแรงตลอดเวลาเมือท่านละทิงความหวังสำหรับโลกนีซึงต้องเสือมสูญและพินาศไปและเริมสะสมรางวัลของท่านไว้ในสวรรค์ด้วยความเชือทีแท้จริง

ดังนันเราต้องสำรวจด้วยพระคำของพระเจ้าว่ามีสิงใดขวางกันระหว่างมนุษย์กับพระเจ้าและทำไมเราจึงมีชีวิตอยู่ในความทุกข์ทรมานทีเกิดจากโรคภัยไข้เจ็บ ถ้าท่านยังไม่เชือในพระเจ้าและเป็นทุกข์จากความเจ็บปวย จงต้อนรับเอาพระเยซูเป็นพระผู้ช่วยให้รอดของท่านและเริมต้นชีวิตใหม่ในพระคริสต์ อย่ากลัวผู้ทีฆ่าได้เพียงร่างกาย แต่จงเกรงกลัวพระเจ้าผู้ทรงสามารถพิพากษาทังร่างกายและวิญญาณให้ลงไปสู่บึงไฟนรก จงรักษาความเชือของท่านในพระเจ้าในเรืองความรอดจากการข่มเหงของพ่อแม่ พีน้อง คู่สมรส พ่อตาแม่ยาย และคนอืน ๆ เมือพระเจ้าทรงยอมรับความเชือของท่าน พระองค์จะทรงกระทำการและท่านจะได้รับพระคุณแห่งการหายโรค

ถ้าท่านเป็นผู้เชือแต่กำลังทนทุกข์กับโรคภัยไข้เจ็บ จงย้อนกลับไปดูตัวท่านเพือสำรวจว่ามีความชัวร้ายใดหลงเหลืออยู่ในชีวิตท่านหรือไม่ เช่น ความเกลียดชัง ความอิจฉาริษยา ความอธรรม ความหยาบโลน ความโลภ เจตนาร้าย การฆ่าคน การโต้เถียง การนินทา การใส่ร้าย ความหยิงผยอง และความชัวร้ายอย่างอืน เมือท่านอธิษฐานต่อพระเจ้าและรับการยกโทษด้วยความรักและความ

เมตตาของพระองค์ ท่านจะได้รับคำตอบต่อปัญหาความเจ็บปวยของท่าน

หลายคนพยายามต่อรองกับพระเจ้า คนเหล่านีพูดว่าเขาจะเชือในพระเยซูและติดตามพระองค์ถ้าพระเจ้ารักษาเขาให้หายจากโรคภัยไข้เจ็บของตนก่อน แต่เพราะพระเจ้าทรงทราบในส่วนลึกแห่งจิตใจของแต่ละคน พระองค์จะทรงรักษาโรคภัยไข้เจ็บของแต่ละคนหลังจากทีพระองค์ทรงชำระคนเหล่านันให้สะอาดในฝ่ายวิญญาณแล้วเท่านัน

เมือรู้ว่าความคิดของมนุษย์และความคิดของพระเจ้าแตกต่างกัน ขอให้ท่านเชือฟังน้ำพระทัยของพระเจ้าก่อนเป็นอันดับแรกเพือว่าวิญญาณจิตของท่านจะจำเริญขึนเมือท่านรับพระพรของการหายจากโรคภัยไข้เจ็บ ข้าพเจ้าอธิษฐานในพระนามขององค์พระผู้เป็นเจ้า... อาเมน

บทที่ 3

พระเจ้า...แพทย์ผู้ประเสริฐ

อพยพ 15:26

พระองค์ตรัสว่า "ถ้าเจ้าทั้งหลายฟังพระสุรเสียงของพระเจ้าของเจ้าและกระทำสิ่งที่ชอบในสายพระเนตรของพระองค์ เงี่ยหูฟังพระบัญญัติของพระองค์และปฏิบัติตามกฎเกณฑ์ของพระองค์ทุกประการแล้วโรคต่าง ๆ ซึ่งเราบันดาลให้เกิดแก่ชาวอียิปต์นั้นเราจะไม่ให้บังเกิดแก่พวกเจ้าเลย เพราะเราคือพระเจ้าแพทย์ของเจ้า"

ทำไมมนุษย์จึงล้มป่วย

แม้พระเจ้าแพทย์ผู้ประเสริฐทรงปรารถนาให้บุตรของพระองค์ทุกคนมีสุขภาพร่างกายแข็งแรง แต่หลายคนกำลังประสบกับโรคภัยและไม่สามารถแก้ปัญหาเรื่องโรคภัยไข้เจ็บของตนได้ ทุกสิ่งที่เกิดขึ้นล้วนมีเหตุปัจจัยฉันใด โรคภัยไข้เจ็บทุกชนิดที่เกิดขึ้นก็มีเหตุปัจจัยด้วยฉันนั้น เพื่อให้เราหายจากโรคภัยที่เกิดขึ้นได้อย่างรวดเร็ว เราทุกคนที่อยากหายโรคต้องค้นหาเหตุปัจจัยของการเกิดโรคดังกล่าวก่อนเป็นอันดับแรก เราพบสาเหตุของการเกิดโรคและแนวทางที่จะช่วยให้เราเป็นอิสระจากโรคภัยและมีสุขภาพร่างกายแข็งแรงจากพระคำของพระเจ้าในอพยพ 15:26

คำว่า "พระเจ้า" (พระคัมภีร์บางฉบับใช้คำว่า "องค์พระผู้เป็นเจ้า") เป็นพระนามที่ถูกตั้งขึ้นและหมายถึงพระนาม "เราเป็น" (ที่พระเจ้าตรัสถึงในอพยพ 3:14) พระนามนี้ยังบ่งชี้เช่นกันว่าพระและเจ้าองค์อื่น ๆ ล้วนอยู่ภายใต้อำนาจของพระเจ้าผู้ทรงฤทธานุภาพสูงสุดองค์นี้ทั้งสิ้น จากการที่พระเจ้าตรัสถึงพระองค์เองว่า "เราคือพระเจ้าแพทย์ของเจ้า" ทำให้เราเรียนรู้ถึงความรักของพระเจ้าที่ต้องการปลดปล่อยเราให้เป็นอิสระจากความทุกข์ทรมานของโรคภัยไข้เจ็บและฤทธิ์อำนาจของพระเจ้าที่สามารถรักษาโรคได้

พระเจ้าทรงสัญญากับเราในอพยพ 15:26 ว่า "ถ้าเจ้าทั้งหลายฟังพระสุรเสียงของพระเจ้าของเจ้าและกระทำสิ่งที่ชอบในสาย

พระเนตรของพระองค์ เงี่ยหูฟังพระบัญญัติของพระองค์และปฏิบัติตามกฎเกณฑ์ของพระองค์ทุกประการแล้วโรคต่าง ๆ ซึ่งเราบันดาลให้เกิดแก่ชาวอียิปต์นั้นเราจะไม่ให้บังเกิดแก่พวกเจ้าเลย เพราะเราคือพระเจ้าแพทย์ของเจ้า" ดังนั้น ถ้าท่านล้มป่วย นั่นจึงเป็นสิ่งที่พิสูจน์ว่าท่านไม่ได้ฟังพระสุรเสียงของพระเจ้า ไม่ได้ทำในสิ่งที่ถูกต้องในสายพระเนตรของพระองค์ และไม่ได้สนใจกับกฎเกณฑ์ของพระเจ้า

เพราะบุตรของพระเจ้าเป็นพลเมืองของสวรรค์ คนเหล่านี้ต้องปฏิบัติตามกฎเกณฑ์ของสวรรค์ แต่ถ้าพลเมืองของสวรรค์ไม่เชื่อฟังกฎเกณฑ์แห่งสวรรค์ พระเจ้าก็ไม่สามารถปกป้องคนเหล่านี้ได้เพราะความบาปเป็นสิ่งที่ผิดธรรมบัญญัติ (1 ยอห์น 3:4) พลังอำนาจของโรคภัยไข้เจ็บจะแทรกซึมเข้าไปในคนเหล่านี้ซึ่งทำให้บุตรของพระเจ้าที่ไม่เชื่อฟังตกอยู่ในความทุกข์ทรมานอันเกิดจากโรคภัยไข้เจ็บ ขอให้เราศึกษาในรายละเอียดว่าเราล้มป่วยได้อย่างไร อะไรคือสาเหตุของโรคภัยไข้เจ็บ และฤทธิ์อำนาจของพระเจ้าแพทย์ผู้ประเสริฐจะรักษาผู้คนที่ประสบกับโรคภัยไข้เจ็บได้อย่างไร

ตัวอย่างของคนที่ล้มป่วยเพราะความบาปของตน

พระเจ้าตรัสกับเราตลอดพระคัมภีร์ซ้ำแล้วซ้ำอีกว่าต้นเหตุของโรคภัยไข้เจ็บคือความบาป ยอห์น 5:14 กล่าวว่า "ภายหลังพระเยซูได้ทรงพบคนนั้นในบริเวณพระวิหารและตรัสกับเขาว่า 'นี่แน่ะ

เจ้าหายโรคแล้ว อย่าทำบาปอีก มิฉะนั้นเหตุร้ายกว่านั้นจะเกิดกับเจ้า" พระคัมภีร์ข้อนี้เตือนเราว่าถ้าชายคนนั้นทำบาปอีก โรคภัยไข้เจ็บที่ร้ายแรงกว่าเดิมจะเกิดขึ้นกับเขาและบอกให้เราทราบเช่นกันว่าผู้คนล้มป่วยเนื่องจากความผิดบาป

พระเจ้าทรงสัญญากับเราในเฉลยธรรมบัญญัติ 7:12-15 ว่า "และเพราะท่านทั้งหลายเชื่อฟังกฎหมายเหล่านี้ รักษาและกระทำตามพระเยโฮวาห์พระเจ้าของพวกท่านจะทรงกระทำตามพันธสัญญาและความรักมั่นคงกับท่านซึ่งพระองค์ทรงปฏิญาณไว้กับบรรพบุรุษของท่าน พระองค์จะทรงรักท่าน อวยพระพรแก่ท่านให้จำเริญยิ่งทวีขึ้น พระองค์จะทรงอำนวยพระพรพงศ์พันธุ์ของท่านและผลแห่งพื้นดินของท่านทั้งข้าว เหล้าองุ่น และน้ำมันของท่านทั้งหลายให้ลูกวัวและลูกแพะแกะของท่านทวีขึ้นในแผ่นดินซึ่งพระองค์ทรงปฏิญาณแก่บรรพบุรุษของท่านที่จะให้แก่ท่าน ท่านทั้งหลายจะได้รับพระพรเหนือชนชาติทั้งหลายหมด จะไม่มีชายหรือหญิงเป็นหมันท่ามกลางท่านหรือในหมู่สัตว์เลี้ยงของท่านด้วย และพระเจ้าจะทรงยกความเจ็บไข้ไปเสียจากพวกท่านและโรคร้ายอย่างในอียิปต์ซึ่งท่านได้ทราบนั้นพระองค์จะไม่ทรงให้เกิดแก่ท่าน แต่จะทรงให้เกิดแก่ผู้ที่เกลียดชังพวกท่าน" คนที่เกลียดชังผู้อื่นเป็นคนชั่วร้ายและคนบาปและโรคภัยไข้เจ็บจะบังเกิดกับคนเหล่านั้น

ในเฉลยธรรมบัญญัติบทที่ 28 (ซึ่งเป็นที่รู้จักโดยทั่วไปว่าเป็น "บทแห่งพระพร") พระเจ้าตรัสถึงพระพรที่เราจะได้รับเมื่อเราเชื่อฟั

งพระองค์อย่างสมบูรณ์และกระทำตามพระบัญญัติทั้งสิ้นของพระองค์อย่างถี่ถ้วน พระเจ้ายังตรัสถึงคำแช่งสาปที่จะมาถึงเราถ้าเราไม่กระทำตามพระบัญญัติและคำบัญชาของพระองค์อย่างถี่ถ้วนด้วยเช่นกัน

พระคัมภีร์ระบุถึงชนิดของโรคที่จะเกิดกับเราอย่างเจาะจงถ้าหากเราไม่เชื่อฟังพระเจ้า โรคเหล่านี้ได้แก่โรคร้าย (โรคระบาด) ความซูบผอม ความไข้ ความอักเสบ ความร้อนอย่างรุนแรง "ฝีอียิปต์ โรคลักปิดลักเปิด โรคคันซึ่งจะรักษาไม่ได้" โรควิกลจริต โรคตาบอด จิตใจยุ่งเหยิงโดยไม่มีใครช่วยได้ รวมทั้งฝีร้ายที่หัวเข่าและที่ขาซึ่งเป็นตั้งแต่ฝ่าเท้าจนถึงกระหม่อมและไม่มีทางรักษาให้หาย (เฉลยธรรมบัญญัติ 28:21-35)

เมื่อท่านเข้าใจอย่างถูกต้องว่าสาเหตุของโรคภัยไข้เจ็บคือความบาป ถ้าท่านล้มป่วยอันดับแรกท่านต้องกลับใจจากการไม่ดำเนินชีวิตตามพระคำของพระเจ้าและรับเอาการยกโทษบาป เมื่อท่านหายโรคด้วยการดำเนินชีวิตตามพระคำของพระเจ้า ท่านต้องไม่ทำบาปอีก

ตัวอย่างของคนที่ล้มป่วยแม้เขาคิดว่าเขาไม่ได้ทำบาป

บางคนพูดว่าแม้เขาไม่ได้ทำบาปแต่เขาก็ยังล้มป่วย แต่พระคำของพระเจ้าบอกเราว่าถ้าเราทำสิ่งที่ถูกต้องในสายพระเนตรของพระเจ้า ถ้าเราให้ความสนใจต่อพระบัญญัติและรักษาคำบัญชาทั้งสิ้นของพระองค์ พระเจ้าจะไม่อนุญาตให้เกิดโรคภัยไข้เจ็บกับเรา ถ้าเราล้มป่วย เราต้องยอมรับว่าในบางครั้งเราอาจกระทำในสิ่งที่ไม่

ถูกต้องในสายพระเนตรของพระเจ้าและไม่ได้รักษาคำบัญชาของพระองค์

อะไรคือบาปที่เป็นต้นเหตุของโรคภัยไข้เจ็บ

ถ้าคนหนึ่งใช้ร่างกายที่แข็งแรงของตนซึ่งพระเจ้าประทานให้โดยไม่มีการควบคุมตนเองหรือใช้ไปในทางที่ผิดศีลธรรม ไม่เชื่อฟังคำบัญชาของพระเจ้า ทำสิ่งที่ผิดหรือมีชีวิตที่ไร้ระเบียบวินัย บุคคลนั้นกำลังทำให้ตนเองสุ่มเสี่ยงต่อการล้มป่วย โรคที่เกิดจากการใช้ชีวิตแบบนี้ได้แก่โรคกระเพาะและลำไส้อักเสบซึ่งเกิดจากการกินอาหารมากเกินความจำเป็นหรือการกินอาหารไม่เป็นเวลา โรคตับซึ่งเกิดจากการดื่มเหล้าและสูบบุหรี่อย่างต่อเนื่อง และโรคร้ายอื่น ๆ ที่เกิดจากการใช้ร่างกายมากเกินไป

การใช้ชีวิตเช่นนี้อาจไม่ถือเป็นความบาปในมุมมองของมนุษย์ แต่ในสายพระเนตรของพระเจ้าสิ่งนี้คือความบาป การกินมากจนเกินความจำเป็นถือเป็นความบาปเพราะสิ่งนี้แสดงให้เห็นถึงความโลภและความไม่สามารถควบคุมตนเองของบุคคล ถ้าคนหนึ่งล้มป่วยเนื่องจากการกินอาหารไม่เป็นเวลา ความบาปของเขาคือการไม่ดำเนินชีวิตตามกิจวัตรประจำวันหรือการไม่รักษาเวลาสำหรับการกินอาหารแต่กลับสร้างความเสียหายให้กับร่างกายของตนด้วยการไม่รู้จักควบคุมตนเอง ถ้าบุคคลคนหนึ่งล้มป่วยหลังจากรับประทานอาหารที่ยังปรุงไม่เสร็จ ความบาปของเขาคือการขาดความอดทน—ซึ่งเป็นการไม่ปฏิบัติตนตามความจริง

ถ้าคนหนึ่งใช้มีดอย่างไม่ระมัดระวังจนทำให้ตนเองมีบาดแผลและเน่าเปื่อย นั่นเป็นผลจากความบาปของเขาเช่นกัน ถ้าเขารักพระเจ้าอย่างแท้จริง พระเจ้าก็คงปกป้องรักษาเขาจากอุบัติเหตุตลอดเวลา แม้ในยามที่เขาหลงทำผิด พระเจ้าก็คงจัดเตรียมทางออกไว้สำหรับเขา เพราะพระเจ้าทรงช่วยคนที่รักพระองค์ให้เกิดผลอันดีในทุกสิ่ง พระองค์จะไม่ทรงยอมให้ร่างกายของบุคคลนั้นได้รับบาดแผล บาดแผลที่เกิดขึ้นเป็นเพราะคนนั้นกระทำการอย่างรีบเร่ง ผลีผลามและขาดความสุขุมรอบคอบซึ่งทั้งสองอย่างถือเป็นสิ่งที่ไม่ถูกต้องในสายพระเนตรของพระเจ้า ดังนั้นการกระทำของเขาจึงเป็นความบาป

การสูบบุหรี่และการดื่มเหล้าก็เช่นเดียวกัน ถ้าคนหนึ่งรู้ว่าการสูบบุหรี่ทำให้สมองของตนไม่ปลอดโปร่ง สร้างความเสียหายให้หลอดลม และก่อให้เกิดโรคมะเร็ง แต่เขายังเลิกไม่ได้ และถ้าคนหนึ่งรู้ว่าการดื่มเครื่องดื่มผสมแอลกอฮอล์สร้างความเสียหายให้กับลำไส้และทำลายอวัยวะส่วนต่าง ๆ ในร่างกายของตน แต่เขายังเลิกไม่ได้ การสูบบุหรี่และการดื่มเหล้าจึงเป็นบาป เพราะสิ่งนี้แสดงถึงความไม่สามารถควบคุมตนเอง ความโลภ การไม่มีความรักต่อร่างกายของตนและการไม่ทำตามน้ำพระทัยของพระเจ้า การปฏิบัติตนเช่นนี้จะไม่เป็นบาปได้อย่างไร

แม้ก่อนหน้านี้เราไม่แน่ใจว่าโรคภัยไข้เจ็บทุกชนิดเป็นผลของความบาปหรือไม่ แต่บัดนี้เราสามารถแน่ใจหลังจากที่เราสำรวจตัวอ

ย่างต่าง ๆ และประเมินสิ่งเหล่านั้นด้วยพระคำของพระเจ้า เราต้องเชื่อฟังและดำเนินชีวิตด้วยพระคำของพระเจ้าตลอดเวลาเพื่อเราจะเป็นอิสระจากโรคภัยไข้เจ็บ กล่าวคือ เมื่อเราทำสิ่งที่ถูกต้องในสายพระเนตรของพระเจ้า ให้ความสนใจต่อพระบัญญัติและรักษาคำบัญชาทั้งสิ้นของพระองค์ พระเจ้าจะทรงปกป้องและจะทรงเป็นโล่กำบังเราให้พ้นจากโรคภัยไข้เจ็บตลอดเวลา

โรคที่เกิดจากระบบประสาทและความผิดปกทางสมอง

สถิติระบุให้เราทราบว่าจำนวนของผู้คนที่ทนทุกข์จากโรคประสาทและความผิดปกติทางสมองรูปแบบต่าง ๆ กำลังเพิ่มมากขึ้น ถ้าผู้คนมีความอดทนเหมือนที่พระคำของพระเจ้ากำชับเรา ถ้าผู้คนยกโทษ รัก และเข้าใจตามความจริง คนเหล่านี้ก็สามารถเป็นอิสระจากโรคเหล่านี้ได้ไม่ยาก แต่ในจิตใจของคนเหล่านี้ยังเต็มไปด้วยความชั่วร้ายและความชั่วร้ายขัดขวางเขาไม่ให้ดำเนินชีวิตด้วยพระคำของพระเจ้า ความผิดปกติทางสมองทำให้อวัยวะส่วนต่าง ๆ เสื่อมลงและทำลายระบบภูมิต้านทานของร่างกายซึ่งจะนำไปสู่การเกิดโรคภัยไข้เจ็บ เมื่อเราดำเนินชีวิตด้วยพระคำ อารมณ์ของเราจะไม่ถูกกวนให้ขุ่นมัว เราจะไม่เป็นคนอารมณ์ร้อน และความคิดของเราจะไม่ถูกปลุกปั่น

มีผู้คนรอบข้างเราซึ่งดูเป็นคนดีมากกว่าคนชั่วแต่คนเหล่านี้กลับป่วยเป็นโรคชนิดนี้ เพราะคนเหล่านี้พยายามเก็บกดอารมณ์ความรู้

สึกเอาไว้และไม่ยอมแสดงอารมณ์ดังกล่าวออกมา เขาจึงป่วยเป็นโรคที่ร้ายแรงกว่าผู้คนที่แสดงความโกรธและความคับแค้นใจของตนออกมา ความดีงามในความจริงไม่ใช่ความปวดร้าวอันเกิดจากความขัดแย้งระหว่างอารมณ์ที่แตกต่างกัน หากแต่เป็นความเข้าใจซึ่งกันและกันด้วยความรักและการยกโทษรวมทั้งรับการเล้าโลมด้วยการควบคุมตนเองและความอดกลั้น

นอกจากนั้น เมื่อผู้คนทำบาปทั้ง ๆ ที่รู้ว่าเป็นบาป คนเหล่านั้นจะเกิดอาการป่วยทางสมองอันเนื่องมาจากความกลัดกลุ้มและการล่มสลายทางความคิดเพราะเขาไม่ได้ทำสิ่งที่ดีงามแต่กลับถลำลึกลงไปในความชั่วร้าย ความคิดที่ทุกข์ระทมจะก่อให้เกิดโรคภัยไข้เจ็บ เราต้องรู้ว่าโรคที่เกิดจากระบบประสาทและความผิดปกติทางสมองล้วนเป็นโรคที่เกิดจากตัวเราเองซึ่งมีสาเหตุมาจากการดำเนินตามวิถีที่ชั่วร้ายและโง่เขลาของตนเอง แม้แต่ในกรณีเช่นนี้ พระเจ้าแห่งความรักจะทรงรักษาทุกคนที่แสวงหาพระองค์และปรารถนาการหายโรค ยิ่งกว่านั้น พระเจ้าจะประทานความหวังเรื่องแผ่นดินสวรรค์ให้แก่เขาและจะทรงอนุญาตให้เขาพักสงบอยู่ในความสุขและการเล้าโลมที่แท้จริงเช่นกัน

โรคที่มาจากผีมารซาตานเป็นเพราะความบาปเช่นกัน

บางคนถูกผีมารเข้าสิงและป่วยเป็นโรคนานาชนิดซึ่งเกิดจากการคุกคามของซาตาน ทั้งนี้เป็นเพราะคนเหล่านั้นหันหลังให้กับน้ำพระทัยของพระเจ้าและหลงไปจากความจริง

สาเหตุที่คนจำนวนมากเจ็บป่วย พิการทางร่างกาย และถูกผีเข้าสิงก็เพราะครอบครัวของคนเหล่านั้นกราบไหว้รูปเคารพและพระเจ้าทรงสะอิดสะเอียนการกราบไหว้รูปเคารพ

อพยพ 20:5-6 กล่าวว่า "อย่ากราบไหว้หรือปรนนิบัติรูปเหล่านั้น เพราะเราคือพระเจ้าของเจ้าเป็นพระเจ้าที่หวงแหน ให้โทษบิดาตกทอดไปถึงลูกหลานของผู้ที่ชังเราจนถึงสามชั่วสี่ชั่วอายุคน แต่เราแสดงความรักมั่นคงต่อคนที่รักเราและปฏิบัติตามบัญญัติของเราจนถึงพันชั่วอายุคน" พระเจ้าทรงมอบคำบัญชาที่เจาะจงเพื่อห้ามไม่ให้เรากราบไหว้รูปเคารพ จากพระบัญญัติสิบประการที่พระเจ้าประทานให้กับเรา พระบัญญัติสองข้อแรกระบุว่า "อย่ามีพระเจ้าองค์อื่นนอกเหนือจากเรา" (ข้อ 3) และ "อย่าทำรูปเคารพสำหรับตน เป็นรูปสิ่งใดซึ่งมีอยู่ในฟ้าเบื้องบนหรือบนแผ่นดินเบื้องล่างหรือในน้ำใต้แผ่นดิน" (ข้อ 4) เราเห็นได้อย่างชัดเจนว่าพระเจ้าทรงเกลียดชังรูปเคารพมากเพียงใด

แม้พ่อแม่เคยกราบไหว้รูปเคารพ แต่เมื่อลูกหลานของเขาหันมานมัสการพระเจ้าด้วยความดีงามแห่งจิตใจของตน พระเจ้าจะทรงสำแดงความรักและพระเมตตาของพระองค์พร้อมกับอวยพระพรเขา แม้ในขณะนี้ผู้คนกำลังประสบกับโรคภัยไข้เจ็บซึ่งเกิดจากผีมารซาตานหลังจากเขาหันหลังให้กับน้ำพระทัยของพระเจ้าและหลงไปจากความจริง แต่ถ้าคนเหล่านี้กลับใจและหันหลังให้กับความบาปของตน พระเจ้าแพทย์ผู้ประเสริฐก็จะทรงชำระเขาให้สะอาด พร

ะเจ้าจะทรงรักษาบางคนให้หายทันที พระองค์จะทรงรักษาบางคนให้หายทีละเล็กทีละน้อย และพระองค์จะรักษาบางคนให้หายตามความเจริญเติบโตแห่งความเชื่อของเขา การรักษาโรคจะเกิดขึ้นตามน้ำพระทัยของพระเจ้า ถ้าผู้คนมีจิตใจที่ไม่แปรปรวนในสายพระเนตรของพระเจ้า คนเหล่านั้นก็จะได้รับการรักษาให้หายทันที แต่ถ้าจิตใจของเขารวนเร คนเหล่านั้นจะได้รับการรักษาในภายหลัง

เราจะเป็นอิสระจากโรคภัยไข้เจ็บเมื่อเราดำเนินชีวิตในความเชื่อ

เพราะโมเสสเป็นคนที่ถ่อมใจมากกว่ามนุษย์คนใดบนแผ่นดินโลก (กันดารวิถี 12:3) และเป็นคนที่สัตย์ซื่อต่อทุกสิ่งในชุมชนของพระเจ้า พระองค์จึงทรงเห็นว่าท่านเป็นผู้รับใช้พระเจ้าที่ไว้วางใจได้ (กันดารวิถี 12:7) พระคัมภีร์บอกเราเช่นกันว่าเมื่อโมเสสเสียชีวิตในขณะที่มีอายุ 120 ปีนั้นนัยน์ตาของท่านไม่ได้พร่ามัวหรือกำลังของท่านก็ไม่ได้ถดถอย (เฉลยธรรมบัญญัติ 34:7) อับราฮัมเป็นคนที่ดีพร้อมซึ่งเชื่อฟังและยำเกรงพระเจ้าด้วยความเชื่อท่านมีอายุยืนยาวถึง 175 ปี (ปฐมกาล 25:7) ดาเนียลเป็นคนที่สุขภาพร่างกายแข็งแรงแม้ท่านรับประทานเฉพาะผัก (ดาเนียล 1:12-16) ในขณะที่ยอห์นผู้ให้รับบัพติศมามีร่างกายแข็งแรงแม้ท่านรับประทานเฉพาะจักจั่นและน้ำผึ้งเป็นอาหาร (มัทธิว 3:4)

บางคนอาจสงสัยว่ามนุษย์จะมีสุขภาพร่างกายแข็งแรงได้อย่างไรโดยไม่กินเนื้อ แต่เมื่อพระเจ้าทรงสร้างมนุษย์ขึ้นครั้งแรก พระองค์ทรงบอกให้มนุษย์กินเฉพาะผลไม้ ในปฐมกาล 2:16-17 พระเจ้าทรงบัญชาแก่มนุษย์นั้นว่า "บรรดาผลไม้ทุกอย่างในสวนนี้เจ้ากินได้ทั้งหมด เว้นแต่ต้นไม้แห่งความสำนึกในความดีและความชั่ว ผลของต้นไม้นั้นอย่ากิน เพราะในวันใดที่เจ้าขืนกินเจ้าจะต้องตายแน่" หลังจากการไม่เชื่อฟังของอาดัม พระเจ้าทรงให้ท่านกินเฉพาะพืชต่าง ๆ แห่งทุ่งนา และเมื่อความบาปทวีมากขึ้นในโลกนี้ หลังการพิพากษาด้วยเหตุการณ์น้ำท่วมโลก พระเจ้าตรัสกับโนอาห์ในปฐมกาล 9:3 ว่า "ทุกสิ่งที่มีชีวิตเคลื่อนไหวไปมาจะเป็นอาหารของเจ้า เราจะยกของทุกอย่างให้แก่เจ้าดังที่เรายกต้นผักเขียวสดให้แก่เจ้าแล้ว" เมื่อมนุษย์เริ่มชั่วร้ายมากขึ้น พระเจ้าทรงอนุญาตให้เขากินเนื้อเป็นอาหาร แต่ไม่ใช่เนื้อของสัตว์ "ที่เป็นมลทิน" (เลวีนิติ 11; เฉลยธรรมบัญญัติ 14)

ในสมัยพระคัมภีร์ใหม่ พระเจ้าตรัสกับเราในกิจการ 15:29 ว่า "คือว่าให้ท่านทั้งหลายงดการรับประทานสิ่งของซึ่งเขาได้บูชาแก่รูปเคารพและการรับประทานเลือดและการรับประทานเนื้อสัตว์ที่ถูกรัดคอตายและการล่วงประเวณี ถ้าท่านทั้งหลายงดการเหล่านี้ก็จะเป็นการดี ขอให้อยู่เป็นสุขเถิด" พระเจ้าทรงอนุญาตให้เรารับประทานอาหารที่เป็นประโยชน์ต่อสุขภาพร่างกายของเราและทรงแนะนำเราให้งดเว้นจากการรับประทานอาหารที่เป็นโทษต่อร่างกายของเรา เราจะได้ประโยชน์มากยิ่งขึ้นถ้าเราไม่กินหรือดื่มสิ่ง

ที่พระเจ้าไม่พอพระทัย ตราบใดที่เราทำตามน้ำพระทัยของพระเจ้าและดำเนินชีวิตในความเชื่อร่างกายของเราจะแข็งแรงมากขึ้น โรคภัยไข้เจ็บจะห่างไกลจากเรา และความเจ็บป่วยจะไม่คุกคามเรา

ยิ่งกว่านั้น เราจะไม่ล้มป่วยเมื่อเราดำเนินชีวิตอยู่ในความชอบธรรมด้วยความเชื่อเพราะว่าเมื่อสองพันปีที่แล้วพระเยซูทรงเสด็จเข้ามาในโลกนี้และทรงแบกรับเอาภาระหนักทั้งสิ้นของเราไป เมื่อเราเชื่อว่าพระเยซูทรงไถ่เราให้พ้นจากความผิดบาปด้วยพระโลหิตของพระองค์ที่ไหลออกมาและพระองค์ทรงรับเอาความป่วยไข้ทั้งสิ้นของเราไปด้วยรอยฟกช้ำของพระองค์ (มัทธิว 8:17) เราจะได้รับการรักษาให้หายตามความเชื่อของเรา (อิสยาห์ 53:5-6; 1 เปโตร 2:24)

ก่อนมาพบพระเจ้าเราไม่มีความเชื่อ เราดำเนินชีวิตตามความปรารถนาของเนื้อหนังและทนทุกข์กับโรคภัยไข้เจ็บนานาชนิดเพราะความผิดบาปของเรา เมื่อเราดำเนินชีวิตในความเชื่อและประพฤติตนอย่างชอบธรรม เราจะได้รับพระพรของการมีสุขภาพร่างกายแข็งแรง

เมื่อสุขภาพจิตดี สุขภาพกายก็ดีด้วยเช่นกัน เมื่อเราอยู่ในความชอบธรรมและประพฤติตามพระคำของพระเจ้า ร่างกายของเราจะเต็มล้นด้วยพระวิญญาณบริสุทธิ์ โรคภัยไข้เจ็บจะห่างไกลจากเราและเราจะมีสุขภาพร่างกายแข็งแรงโดยไม่มีโรคภัยใด ๆ

แทรกซึมเข้ามาได้ เพื่อให้ร่างกายของเราได้รับการหยุดพักสงบ รู้สึกเบาใจ ชื่นชมยินดี และมีสุขภาพแข็งแรง เราต้องไม่รู้สึกว่าตนขาดแคลนสิ่งหนึ่งใด แต่ให้ขอบคุณพระเจ้าที่พระองค์ทรงมอบสุขภาพที่ดีแก่เรา

ขอให้ท่านประพฤติอย่างชอบธรรมและอยู่ในความเชื่อ เพื่อว่าเมื่อวิญญาณจิตของท่านจำเริญขึ้นท่านจะได้รับการรักษาให้หายจากความป่วยไข้และโรคภัยทั้งสิ้นของท่านพร้อมกับมีสุขภาพร่างกายแข็งแรง ขอให้ท่านได้รับความรักอันบริบูรณ์ของพระเจ้าเมื่อท่านเชื่อฟังและดำเนินชีวิตด้วยพระคำของพระองค์ ข้าพเจ้าอธิษฐานในพระนามขององค์พระผู้เป็นเจ้า...อาเมน

บทที่ 4

ที่ท่านฟกช้ำนั้นก็เพื่อให้เราหายดี

อิสยาห์ 53:4-5

แน่ทีเดียวท่านได้แบกความเจ็บไข้ของเราทั้งหลายและหอบความเจ็บปวดของเราไป กระนั้นเราทั้งกลายก็ยังถือว่าท่านถูกตีคือพระเจ้าทรงโบยตีและข่มใจ แต่ท่านถูกบาดเจ็บเพราะความทรยศของเราทั้งหลาย
ท่านฟกช้ำเพราะความบาปผิดของเรา การตีสอนอันทำให้เราทั้งหลายสมบูรณ์นั้นตกแก่ท่าน ที่ท่านต้องฟกช้ำนั้นก็ให้เราหายดี

พระเยซูพระบุตรของพระเจ้าทรงรักษาโรคทุกชนิด

เมื่อมนุษย์กำหนดควบคุมวิถีการดำเนินชีวิตด้วยตนเองเขาจะพบกับปัญหามากมาย ท้องทะเลไม่เคยเงียบสงบเสมอไปฉันใด ทะเลชีวิตก็เต็มไปด้วยปัญหามากมายซึ่งมีต้นเหตุมาจากที่บ้าน ที่ทำงาน ธุรกิจ โรคภัยไข้เจ็บ ทรัพย์สมบัติ และสาเหตุอื่น ๆ ด้วยฉันนั้น คงไม่ใช่เป็นการพูดเกินจริงที่จะกล่าวว่าในท่ามกลางปัญหาชีวิตเหล่านี้ โรคภัยไข้เจ็บคือปัญหาที่สำคัญที่สุด

ไม่ว่าบุคคลจะมีทรัพย์สมบัติและความรู้มากมายเพียงใดก็ตาม ถ้าเขาถูกคุกคามด้วยโรคร้ายนานาชนิด ทุกสิ่งที่เขาทำมาทั้งหมดในชีวิตก็เป็นแค่ฟองอากาศ ในด้านหนึ่ง เราพบว่าในขณะที่ความเจริญทางด้านวัตถุกำลังก้าวไปอย่างรุดหน้าและทรัพย์สินเงินทองมีพิ่มจำนวนขึ้น ความต้องการของมนุษย์ที่จะมีสุขภาพดีก็มีเพิ่มมากขึ้นเช่นกัน ในอีกด้านหนึ่ง ไม่ว่าวิทยาศาสตร์และการแพทย์จะพัฒนาก้าวไกลสักเพียงใดก็ตาม เชื้อโรคหายากชนิดใหม่ ๆ (ซึ่งอยู่นอกเหนือความรู้ของมนุษย์) กำลังถูกค้นพบอย่างต่อเนื่องและจำนวนของผู้คนที่ปวยด้วยโรคเหล่านี้ก็เพิ่มขึ้นอย่างรวดเร็วเช่นกัน บางทีนั่นคือเหตุผลข้อหนึ่งที่ผู้คนเน้นหนักในเรื่องสุขภาพมากขึ้นในปัจจุบัน

ความทุกข์ โรคภัยไข้เจ็บ และความตาย (ซึ่งล้วนมีต้นเหตุมาจากความบาป) แสดงให้เห็นถึงความจำกัดของมนุษย์ ในปัจจุบันพระเจ้าแพทย์ผู้ประเสริฐทรงสำแดงให้เราเห็นถึงแนวทางที่ผู้เชื่อจะได้รับการรักษาให้หายจากโรคนานาชนิดด้วยความเชื่อในพระเยซูคริสต์ เหมือนที่พระองค์เคยสำแดงในสมัยพระคัมภีร์เดิม ขอให้เราสำรวจพระคัมภีร์เพื่อดูว่าเพราะเหตุใดเราจึงได้รับคำตอบต่อปัญหาเรื่องโรคภัยไข้เจ็บและมีสุขภาพแข็งแรงด้วยควา

มเชื่อในพระเยซูคริสต์

ในสมัยของพระองค์ ฝูงชนขนาดใหญ่ติดตามพระเยซูเพราะพระองค์ทรงรักษาคนป่วยให้หายโรคในทันที ผู้ป่วยเหล่านั้นประกอบด้วยคนที่ถูกผีเข้าสิง คนเป็นโรคลมบ้าหมู คนง่อย และคนที่เจ็บป่วยจากโรคนานาชนิด เมื่อคนโรคเรื้อน คนไข้ คนง่อย คนตาบอด และคนอื่น ๆ หายโรคด้วยการแตะต้องของพระเยซู คนเหล่านั้นก็เริ่มติดตามและปรนนิบัติพระองค์ ภาพนี้คงน่าตื่นเต้นมากทีเดียว เมื่อเห็นหมายสำคัญและการอัศจรรย์เกิดขึ้นผู้คนก็เชื่อวางใจและต้อนรับเอาพระเยซู คนเหล่านั้นได้รับคำตอบต่อปัญหาชีวิตของตน และผู้คนที่เจ็บป่วยต่างก็มีประสบการณ์กับการรักษาของพระองค์ ยิ่งกว่านั้น พระเยซูทรงรักษาผู้คนในสมัยของพระองค์ฉันใด วันนี้ใครก็ตามที่มาหาพระองค์ก็จะได้รับการรักษาด้วยฉันนั้น

ชายคนหนึ่งมีสภาพไม่แตกต่างจากคนพิการเข้าร่วมในการประชุมอธิษฐานโต้รุ่งคืนวันศุกร์ไม่นานหลังจากการก่อตั้งคริสตจักรของข้าพเจ้า หลังจากอุบัติทางรถยนต์ชายคนนั้นเข้ารับการบำบัดในโรงพยาบาลเป็นเวลานาน แต่เนื่องจากเอ็นหัวเข่าของเขายึดทำให้เขาไม่สามารถงอเข่าและเนื่องจากน่องของเขาไม่ขยับตัวชายคนนั้นจึงไม่สามารถเดินได้ เมื่อฟังคำเทศนาเขามีความปรารถนาที่จะต้อนรับเอาพระเยซูและรับการรักษาให้หาย เมื่อข้าพเจ้าอธิษฐานเผื่อเขาอย่างร้อนรนชายคนนั้นก็ขึ้นยืนทันทีพร้อมกับเดินและวิ่ง การทำงานอย่างอัศจรรย์ของพระเจ้าปรากฏขึ้นในวันนั้นเหมือนที่เคยปรากฏกับคนง่อยที่ประตูงามซึ่งกระโดดขึ้นยืนและเดินไปมาเมื่อเปโตรอธิษฐานเผื่อเขา (กิจการ 3:1-10)

นี่คือสิ่งที่พิสูจน์ให้เห็นว่าใครก็ตามที่เชื่อในพระเยซูคริสต์แล

ะรับการยกโทษในพระนามของพระองค์ก็สามารถรับการรักษาให้หายจากโรคภัยนานาชนิดของตนได้—แม้วิทยาศาสตร์การแพทย์จะไม่มีทางรักษาโรคเหล่านั้นก็ตาม—เมื่อร่างกายของเขาได้รับการฟื้นฟูสภาพขึ้นใหม่ พระเจ้าผู้ทรงเป็นเหมือนเดิมวานนี้ วันนี้ และสืบ ๆ ไปเป็นนิตย์ (ฮีบรู 13:8) ทรงกระทำการในผู้คนที่เชื่อในพระคำของพระองค์และแสวงหาพระเจ้าตามขนาดความเชื่อของตน พระองค์ทรงรักษาโรคนานาชนิด เปิดตาของคนตาบอด และทำให้คนง่อยลุกขึ้นยืน

บัดนี้ใครก็ตามที่ต้อนรับเอาพระเยซูคริสต์ได้รับการยกโทษบาปของตน และกลายเป็นบุตรของพระเจ้าบุคคลนั้นต้องดำเนินชีวิตอยู่ในเสรีภาพ

ขอให้เราศึกษาโดยละเอียดว่าเพราะเหตุใดเราแต่ละคนจึงสามารถมีสุขภาพร่างกายแข็งแรงเมื่อเราเชื่อในพระเยซูคริสต์

พระเยซูทรงถูกเฆี่ยนและหลั่งพระโลหิต

ก่อนการถูกตรึงบนกางเขน พระเยซูทรงถูกทหารโรมันเฆี่ยนและหลั่งพระโลหิตที่ลานบ้านของปอนทิอัสปีลาต ทหารโรมันในสมัยของพระเยซูมีร่างกายแข็งแรง มีพละกำลังมหาศาล และได้รับการฝึกฝนเป็นอย่างดี เพราะคนเหล่านั้นคือทหารของจักรภพที่ครอบครองโลกทั้งโลกในยุคของตนเอาไว้ ความเจ็บปวดอย่างแสนสาหัสที่พระเยซูต้องทนรับเอาไว้เมื่อทหารที่มีร่างกายแข็งแรงใช้แส้เฆี่ยนตีพระองค์เป็นสิ่งที่ไม่อาจบรรยายได้ด้วยถ้อยคำ ในการเฆี่ยนแต่ละครั้งปลายแส้จะพันรอบไปทั่วพระกายของพระเยซูและกระชากเอาเนื้อของพระองค์ออก จากนั้นพระโลหิตจะไหลหยดออก

มาจากพระกายของพระเยซู

ทำไมพระเยซูพระบุตรของพระเจ้าที่ไม่มีบาป ไม่มีตำหนิ หรือไม่มีจุดบกพร่องต้องถูกเฆี่ยนอย่างโหดร้ายทารุณและหลั่งเลือดเพื่อคนบาป เหตุการณ์นี้แฝงไว้ด้วยนัยฝ่ายวิญญาณอันลึกซึ้งและชี้ให้เห็นถึงการจัดเตรียมของพระเจ้า

1 เปโตร 2:24 บอกให้เราทราบว่าด้วยบาดแผลของพระเยซูเราทั้งหลายจึงได้รับการรักษาให้หาย อิสยาห์ 53:5 กล่าวว่าการที่พระองค์ต้องฟกช้ำนั้นก็เพื่อให้เราหายดี เมื่อประมาณสองพันปีที่แล้วพระเยซูพระบุตรของพระเจ้าทรงถูกเฆี่ยนตีเพื่อไถ่เราให้พ้นจากความทุกข์ทรมานของโรคภัยไข้เจ็บและพระโลหิตของพระองค์ไหลออกมาเพื่อความบาปของเราที่เกิดจากการไม่ได้ดำเนินชีวิตด้วยพระคำของพระองค์ เมื่อเราเชื่อในพระเยซูผู้ทรงถูกเฆี่ยนและทรงหลั่งพระโลหิต เราก็เป็นอิสระจากโรคภัยไข้เจ็บและได้รับการรักษาให้หาย นี่คือเครื่องหมายที่แสดงถึงความรักและพระสติปัญญาอันอัศจรรย์ของพระเจ้า

ด้วยเหตุนี้ ถ้าท่านเป็นบุตรของพระเจ้าและกำลังประสบกับโรคภัยไข้เจ็บ จงกลับใจจากบาปของท่านและเชื่อว่าท่านได้รับการรักษาให้หายแล้ว เพราะ “ความเชื่อคือความแน่ใจในสิ่งที่เราหวังไว้ เป็นความรู้สึกมั่นใจสิ่งที่ยังไม่ได้เห็นนั้นมีจริง” (ฮีบรู 11:1) แม้ว่าท่านจะรู้สึกเจ็บปวดในอวัยวะส่วนต่าง ๆ ของร่างกายที่ได้รับผลกระทบอยู่ก็ตาม ถ้าท่านสามารถพูดด้วยความเชื่อว่า “ผมได้รับการรักษาให้หายแล้ว” อาการของท่านจะได้รับการรักษาในไม่ช้าอย่างแน่นอน

ในช่วงที่ข้าพเจ้าเรียนอยู่ชั้นประถม ข้าพเจ้าได้รับบาดเจ็บที่ซี่โครงและเมื่อใดก็ตามที่อาการดังกล่าวกำเริบขึ้นมา ความเจ็บปวดนั้น

รุนแรงมากจนข้าพเจ้าแทบหายใจไม่ออก ประมาณสองปีหลังจากที่ข้าพเจ้าต้อนรับเอาพระเยซูคริสต์ อาการปวดกำเริบขึ้นมาอีกครั้งหนึ่งเมื่อข้าพเจ้าพยายามยกของหนักและข้าพเจ้าไม่สามารถเดินต่อไปได้แม้แต่ก้าวเดียว แต่เพราะข้าพเจ้าเคยมีประสบการณ์และเชื่อในฤทธิ์อำนาจของพระเจ้าผู้ยิ่งใหญ่ ข้าพเจ้าจึงอธิษฐานด้วยใจร้อนรนว่า "เมื่อข้าพระองค์ก้าวไปทันทีหลังจากคำอธิษฐาน ข้าพระองค์เชื่อว่าความเจ็บปวดจะหายไปและข้าพระองค์จะเดินต่อไปได้" เมื่อข้าพเจ้าเชื่อในพระเจ้าผู้ยิ่งใหญ่เพียงอย่างเดียวและกำจัดความคิดเรื่องความเจ็บปวดออกไป ข้าพเจ้าก็สามารถยืนขึ้นและเดินต่อไปได้ ดูประหนึ่งว่าความเจ็บปวดเป็นเพียงสิ่งที่อยู่ในจินตนาของข้าพเจ้าเท่านั้น

เหมือนที่พระเยซูตรัสกับเราในมาระโก 11:24 ว่า "เหตุฉะนั้นเราบอกท่านทั้งหลายว่าขณะเมื่อท่านจะอธิษฐานพระเจ้าขอสิ่งใด จงเชื่อว่าได้รับและท่านจะได้รับสิ่งนั้น" ถ้าเราเชื่อว่าเราได้รับการรักษาให้หายแล้ว เราก็จะได้รับการรักษาให้หายตามความเชื่อของเรา แต่ถ้าเราคิดว่าเรายังไม่ได้รับการรักษาให้หายเนื่องจากความเจ็บปวดที่มีอยู่ เราก็จะไม่ได้รับการรักษาให้หาย กล่าวคือ สิ่งสารพัดจะบังเกิดขึ้นตามความเชื่อของเราก็ต่อเมื่อเราทำลายกรอบความคิดของเราลงไปก่อนเท่านั้น

นั่นคือสาเหตุที่พระเจ้าตรัสกับเราว่าจิตใจที่หมกมุ่นอยู่กับเนื้อหนังก็เป็นศัตรูกับพระเจ้า (โรม 8:7) และทรงเรียกร้องให้เราน้อมนำความคิดทุกอย่างให้เข้าอยู่ใต้บังคับจนถึงการเชื่อฟังต่อพระองค์ (2 โครินธ์ 10:5) ยิ่งกว่านั้น ในมัทธิว 8:17 เราพบว่าพระเยซูทรงแบกรับความเจ็บไข้ของเราทั้งหลายและทรงหอบโรคของเราไป ถ้าท่านคิดว่า "ฉันเป็นคนอ่อนแอ" ท่านก็จะเป็นคนอ่อนแอตลอดไป

แต่ไม่ว่าชีวิตของท่านจะลำบากและเหน็ดเหนื่อยสักเพียงใดก็ตาม ถ้าริมฝีปากของท่านพูดว่า "เพราะฉันมีฤทธิ์อำนาจและพระคุณของพระเจ้าอยู่ในฉันและเพราะพระวิญญาณบริสุทธิ์ทรงครอบครองฉันไว้ ฉันจึงไม่เหน็ดเหนื่อย" ความเหน็ดเหนื่อยก็จะจางหายไปและท่านจะกลายเป็นบุคคลที่แข็งแรง

ถ้าเราเชื่อในพระเยซูคริสต์ผู้ทรงแบกรับความเจ็บไข้ของเราและทรงหอบโรคของเราไปอย่างแท้จริง เราก็จะจดจำไว้ว่าไม่มีเหตุผลใดที่เราต้องทนทุกข์จากโรคภัยไข้เจ็บอีกต่อไป

เมื่อพระเยซูทรงเห็นความเชื่อของเขา

บัดนี้เมื่อเราได้รับการรักษาให้จากโรคภัยไข้เจ็บของเราด้วยรอยฟกช้ำของพระเยซู สิ่งที่เราต้องการได้แก่ความเชื่อซึ่งสามารถทำให้เราเชื่อเรื่องนี้ ในปัจจุบัน ผู้คนจำนวนมากที่เชื่อในพระเยซูคริสต์มาหาพระองค์ด้วยโรคภัยไข้เจ็บของตน บางคนได้รับการรักษาไม่นานหลังจากที่เขาต้อนรับเอาพระเยซูคริสต์ในขณะที่คนอื่น ๆ กลับไม่มีการรักษาเกิดขึ้นแม้หลังจากการอธิษฐานเป็นเวลาหลายเดือน คนกลุ่มนี้จำเป็นต้องย้อนกลับไปทบทวนและสำรวจถึงความเชื่อของตน

ขอให้เราศึกษาดูว่าชายง่อยและเพื่อนทั้งสี่คนของเขาแสดงออกถึงความเชื่อของตนอย่างไรจากเรื่องราวในมาระโก 2:1-12 ซึ่งความเชื่อนั้นได้เคลื่อนพระหัตถ์ขององค์พระผู้เป็นเจ้าให้ปลดปล่อยเขาเป็นอิสระจากโรคภัยไข้เจ็บและถวายเกียรติยศแด่พระเจ้า

เมื่อพระเยซูเสด็จไปยังเมืองคาเปอรนาอุม ข่าวคราวเรื่องการเสด็จไปที่นั่นของพระองค์แพร่สะพัดออกไปอย่างรวดเร็วและฝูงชนจ

ำนวนมากชุมนุมกันอยู่ที่นั่น พระเยซูทรงเทศนาสั่งสอนคนเหล่านั้นด้วยพระคำของพระเจ้า—พระคำแห่งความจริง—และประชาชนให้ความสนใจอย่างมากเพราะเขาไม่อยากพลาดการฟังคำสั่งสอนของพระเยซู จากนั้นมีชายสี่คนหามคนง่อยที่นอนอยู่บนแคร่มาหาพระเยซู แต่เพราะมีฝูงชนชุมนุมกันอยู่อย่างหนาแน่นคนเหล่านั้นจึงไม่สามารถนำชายง่อยคนนั้นเข้าใกล้พระเยซู

ถึงกระนั้นเขาก็ไม่ยอมแพ้ คนเหล่านั้นปีนขึ้นไปบนดาดฟ้าหลังคาบ้านตรงที่พระเยซูประทับอยู่ รื้อหลังคาบ้านออกเป็นช่อง และหย่อนแคร่ที่คนง่อยนอนอยู่นั้นลงมา เมื่อพระเยซูทรงเห็นความเชื่อของเขา พระองค์จึงตรัสกับคนง่อยว่า "ลูกเอ๋ย บาปของเจ้าได้รับอภัยแล้ว...จงยกแคร่เดินไปเถิด" คนง่อยได้รับการรักษาให้หายตามความปรารถนาของเขา เมื่อคนง่อยยกแคร่ของตนเดินออกไปต่อหน้าคนทั้งปวง คนเหล่านั้นก็ประหลาดใจและถวายเกียรติยศแด่พระเจ้า

ชายง่อยคนนั้นทนทุกข์อยู่กับโรคที่ร้ายแรงจนเขาไม่สามารถเคลื่อนไหวด้วยตนเองได้ เมื่อเขาได้ยินข่าวเรื่องพระเยซูผู้ทรงเปิดตาคนตาบอด ทำให้คนง่อยเดินได้ รักษาคนโรคเรื้อน ขับผีออก และรักษาผู้คนจำนวนมากให้หายจากโรคนานาชนิด ชายง่อยคนนั้นปรารถนาอย่างมากที่จะพบกับพระองค์ เพราะจิตใจของเขาดีงาม เมื่อคนง่อยได้ยินข่าวดังกล่าว เขาจึงต้องการที่จะพบกับพระองค์ทันทีที่เขาพบว่าพระองค์ประทับอยู่ที่ใด

ต่อมาวันหนึ่งชายง่อยคนนั้นได้ยินว่าพระเยซูเสด็จมายังเมืองคาเปอรนาอุม ท่านลองคิดดูซิว่าชายง่อยคนนั้นจะดีใจสักเพียงใดเมื่อเขาทราบข่าวดังกล่าว เขาคงมองหาเพื่อนที่สามารถให้ความช่วยเหลือแก่เขาและสิ่งที่น่าดีใจก็คือเพื่อนของชายง่อยคนนั้นซึ่งมีความเชื่อก็พร้อมที่จะทำตามคำขอร้องของเขาเพราะเพื่อนของชายง่อยคนนั

นเคยได้ยินข่าวเรื่องพระเยซูเช่นกัน ดังนั้นเมื่อชายง่อยขอร้องให้เพื่อนเหล่านั้นพาตนไปหาพระเยซู เขาจึงยอมไป

ถ้าเพื่อน ๆ ของชายง่อยคนนั้นเพิกเฉยต่อคำขอร้องของเขาและเยาะเย้ยเขาว่า "นายเชื่อเรื่องเช่นนั้นได้อย่างไรในเมื่อนายไม่เคยเห็นด้วยตาของตนเอง" คนเหล่านั้นคงไม่ยอมฟันฝ่าอุปสรรคต่าง ๆ เพื่อช่วยเหลือชายง่อยคนนั้น แต่เนื่องจากเพื่อนเหล่านั้นมีความเชื่อเขาจึงนำเพื่อนของตนนอนลงบนแคร่ แต่ละคนยกแคร่คนละด้านพร้อมกับรื้อดาดฟ้าหลังคาบ้านให้เป็นช่องเพื่อหย่อนคนง่อยลงมา

เมื่อคนเหล่านั้นเห็นฝูงชนขนาดใหญ่ชุมนุมกันอยู่ที่นั่นหลังจากเขาเดินทางมาด้วยความยากลำบากและไม่สามารถแทรกตัวผ่านฝูงชนเข้าไปเพื่อเข้าใกล้พระเยซูได้ ลองคิดดูซิว่าเพื่อนทั้งสี่คนจะรู้สึกกังวลและท้อแท้ใจมากเพียงใด คนเหล่านั้นคงขอร้องให้ฝูงชนเปิดช่องทางแก่ตนบ้างเล็กน้อย แต่เนื่องจากมีประชาชนจำนวนมากชุมนุมกันอยู่ที่นั่น ชายทั้งสี่คนจึงมองไม่เห็นช่องทางและเริ่มสิ้นหวัง ในที่สุด เขาจึงตัดสินใจปีนขึ้นไปบนหลังคาบ้านตรงที่พระเยซูประทับอยู่นั้น รื้อดาดฟ้าหลังคาเพื่อเปิดช่อง และหย่อนแคร่ที่คนง่อยนอนอยู่ลงมาบริเวณที่พระเยซูประทับอยู่ ชายง่อยคนนั้นได้พบกับพระเยซูในระยะที่ใกล้ชิดยิ่งกว่าคนอื่น ๆ ที่ชุมนุมกันอยู่ในบ้านหลังนั้นด้วยซ้ำ จากเรื่องนี้เราเรียนรู้ว่าชายง่อยและเพื่อนของเขาปรารถนามากเพียงใดที่จะพบกับพระเยซู

เราต้องให้ความสนใจกับข้อเท็จจริงที่ว่าชายง่อยและเพื่อนของเขาไม่เพียงแต่ไปพบกับพระเยซูเท่านั้น ความจริงที่ว่าคนเหล่านั้นฟันฝ่าอุปสรรคมากมายเพื่อจะไปพบกับพระองค์หลังจากที่เขาได้ยินข่าวเรื่องพระองค์บ่งบอกให้เรารู้ว่าคนเหล่านั้นเชื่อในข่าวคราวเกี่ยวกับพระเยซูและคำเทศนาที่พระองค์ทรงสั่งสอน ยิ่งกว่านั้น จากกา

รที่คนเหล่านั้นเอาชนะความยุ่งยากมากมายด้วยความอดกลั้นและความมุ่งมั่นที่จะเข้าไปให้ถึงตัวพระเยซู ชายง่อยและเพื่อนของเขาแสดงให้เห็นว่าเขาถ่อมใจมากสักเพียงเมื่อได้อยู่ต่อพระพักตร์พระองค์

เมื่อผู้คนเห็นคนง่อยและเพื่อนของเขาขึ้นไปบนดาดฟ้าหลังคาบ้านและรื้อหลังคาออกเพื่อเปิดช่อง ฝูงชนคงด่าทอหรือโกรธเคืองคนเหล่านั้น บางทีเหตุการณ์ที่เราไม่คาดคิดอาจเกิดขึ้น แต่สำหรับชายทั้งห้าคนไม่มีสิ่งใดและบุคคลใดจะขัดขวางเขาได้ เมื่อเขาพบกับพระเยซู ชายง่อยจะได้รับการรักษาและเขาจะกลับมาซ่อมแซมหรือชดเชยความเสียหายของดาดฟ้าหลังคาบ้านหลังนั้นในภายหลัง

ถึงกระนั้น เป็นการยากที่จะเห็นผู้ป่วยหรือครอบครัวของเขาแสดงออกถึงความเชื่อในท่ามกลางผู้คนที่กำลังทนทุกข์จากโรคภัยไข้เจ็บในปัจจุบัน แทนที่คนกลุ่มนี้จะเข้าไปหาพระเยซูด้วยความมุ่งมั่น คนเหล่านี้กลับพูดว่า "ผมป่วยมาก ผมอยากไปแต่ผมไปไม่ได้" หรือ "คนในครอบครัวของฉันอ่อนแอเกินกว่าที่จะเคลื่อนไหวได้" น่าท้อใจที่เห็นผู้คนตกเป็นฝ่ายรับเพียงเพื่อรอให้ผลไม้จากสวรรค์หล่นมาเข้าปากของตนเองโดยที่เขาไม่ยอมทำสิ่งใด พูดง่าย ๆ ก็คือคนเหล่านี้ขาดความเชื่อ

ถ้าผู้คนประกาศถึงความเชื่อของตนในพระเจ้า เขาต้องมีความกระตือรือร้นที่จะแสดงออกถึงความเชื่อนั้น เพราะไม่มีใครจะมีประสบการณ์กับการทำงานของพระเจ้าได้โดยความเชื่อที่ตนได้รับมาในรูปของความรู้เพียงอย่างเดียว ความเชื่อของบุคคลจะเป็นความเชื่อที่มีชีวิตและเป็นรากฐานของความเชื่อที่จะนำไปสู่การรับเอาความเชื่อฝ่ายวิญญาณจากพระเจ้าจะเกิดขึ้นก็ต่อเมื่อบุคคลนั้นแสดงออกถึงความเชื่อของตนด้วยการประพฤติเท่านั้น ด้วยเหตุนี้ เรา

ต้องเฉลียวฉลาดและแสดงออกถึงรากฐานของความเชื่อของเรา—ซึ่งได้แก่ความเชื่อนั่นเอง—ให้พระองค์เห็นเพื่อเราจะดำเนินชีวิตซึ่งทำให้เรามีความเชื่อฝ่ายวิญญาณจากพระเจ้าและมีประสบการณ์กับการอัศจรรย์ของพระองค์เหมือนอย่างชายง่อยคนนั้น

บาปของเจ้าได้รับอภัยแล้ว

พระเยซูตรัสกับคนง่อยที่มาหาพระองค์ด้วยความช่วยเหลือจากเพื่อนทั้งสี่คนของเขาว่า "ลูกเอ๋ย บาปของเจ้าได้รับอภัยแล้ว" และทรงแก้ปัญหาเรื่องความบาปให้กับเขา เพราะไม่มีใครได้รับคำตอบจากพระเจ้าถ้ายังมีกำแพงบาปขวางกั้นระหว่างเขากับพระองค์ อันดับแรกพระเยซูทรงแก้ปัญหาเรื่องบาปให้กับคนง่อยที่มาหาพระองค์ด้วยรากฐานแห่งความเชื่อ

ถ้าเราประกาศว่าเรามีความเชื่อที่แท้จริงในพระเจ้า พระคัมภีร์บอกเราว่าเราต้องมาหาพระองค์ด้วยท่าทีแบบใดและเราควรประพฤติตนอย่างไร คนอธรรมจะเปลี่ยนเป็นคนชอบธรรม คนมุสาจะเปลี่ยนเป็นคนที่พูดความจริงและเป็นคนซื่อตรงด้วยการเชื่อฟังธรรมบัญญัติที่พระเจ้าทรงบัญชาไว้ เช่น คำสั่งที่ว่า "จง..." "อย่า..." "จงรักษา..." "จงละทิ้ง..." เหล่านี้เป็นต้น เมื่อเราเชื่อฟังพระคำแห่งความจริง ความบาปของเราจะได้รับการชำระด้วยพระโลหิตขององค์พระผู้เป็นเจ้า เมื่อเราได้รับการยกโทษ พระเจ้าจะประทานการปกป้องคุ้มครองและคำตอบของพระองค์มาจากเบื้องบน

เพราะโรคภัยไข้เจ็บทุกอย่างมีต้นเหตุมาจากความบาป เมื่อปัญหาเรื่องความบาปได้รับการแก้ไข พระเจ้าก็พร้อมที่จะสำแดงให้เห็นถึงการทำงานของพระองค์ หลอดไฟจะให้แสงสว่างและเครื่องยน

ต์จะเริ่มทำงานเมื่อกระแสไฟฟ้าสามารถไหลผ่านขั้วบวกเข้าไปได้ฉันใด เมื่อพระเจ้าทรงเห็นถึงรากฐานแห่งความเชื่อของบุคคลพระองค์ก็จะทรงประกาศการยกโทษและประทานความเชื่อจากเบื้องบนซึ่งจะทำให้เกิดการอัศจรรย์ขึ้นด้วยฉันนั้น

"จงลุกขึ้นยกแคร่ไปบ้านของเจ้าเถิด" นี่เป็นคำสั่งที่สร้างความอบอุ่นใจอย่างมากทีเดียว เมื่อทรงเห็นถึงความเชื่อของคนง่อยและเพื่อนทั้งสี่ของเขา พระเยซูทรงแก้ปัญหาเรื่องความบาปและคนง่อยสามารถเดินได้ทันที ชายง่อยคนนั้นมีร่างกายแข็งแรงสมบูรณ์อีกครั้งหนึ่งหลังจากเขาปรารถนาสิ่งนั้นมาเป็นเวลานาน ในทำนองเดียวกันถ้าเราต้องการได้รับคำตอบไม่เพียงแต่คำตอบต่อปัญหาเรื่องโรคภัยไข้เจ็บของเราเท่านั้นแต่ยังรวมถึงปัญหาเรื่องอื่น ๆ ที่เรามี เราต้องจำไว้ว่าอันดับแรกเราต้องรับการยกโทษและชำระจิตใจของเราให้สะอาดบริสุทธิ์ก่อน

เมื่อผู้คนมีความเชื่อน้อยคนเหล่านั้นจะแสวงหาทางออกให้กับปัญหาเรื่องความเจ็บป่วยของตนด้วยการพึ่งพิงยาและหมอ แต่บัดนี้เมื่อความเชื่อของเขาจำเริญขึ้นและเมื่อเขารักพระเจ้าและดำเนินชีวิตด้วยพระคำของพระองค์ โรคภัยไข้เจ็บจะไม่คุกคามเขาอีกต่อไป ถึงแม้คนเหล่านี้จะล้มป่วย เมื่อเขามองย้อนกลับไปทบทวนตนเอง กลับใจใหม่อย่างแท้จริง และหันกลับจากวิถีอันผิดบาปของตน คนเหล่านี้จะได้รับการรักษาให้หายทันที ข้าพเจ้ารู้ว่าหลายคนในพวกท่านเคยมีประสบการณ์เช่นนี้

เมื่อหลายปีก่อน ผู้ปกครองคนหนึ่งในคริสตจักรของข้าพเจ้าได้รับการวินิจฉัยว่าข้อต่อกระดูกสันหลังของเขาแตกและเขาไม่สามารถเคลื่อนไหวได้ ผู้ปกครองคนนั้นหันกลับไปทบดูชีวิตของตน กลับใจใหม่ และรับเอาคำอธิษฐานของข้าพเจ้าในทันที การรักษาโร

คของพระเจ้าเกิดขึ้นในวินาทีนั้นและเขาหายเป็นปกติอีกครั้งหนึ่ง

เมื่อลูกสาวของเธอตัวร้อนเป็นไข้ คุณแม่ของเด็กคนนั้นรู้ว่าความใจร้อนของเธอคือรากเหง้าของความเจ็บป่วยของลูก และเมื่อเธอกลับใจจากการเป็นคนใจร้อนลูกสาวของเธอก็มีสุขภาพดีดังเดิม

เพื่อช่วยมนุษยชาติที่มุ่งหน้าสู่ความพินาศเนื่องจากการไม่เชื่อฟังของอาดัมให้รอด พระเจ้าทรงส่งพระเยซูคริสต์เข้ามาในโลกและทรงยอมให้พระองค์ถูกแช่งสาปและถูกตรึงบนไม้กางเขนเพื่อเห็นแก่เรา เพราะฉะนั้นพระคัมภีร์จึงบอกเราว่า “ถ้าไม่มีโลหิตไหลออกแล้วก็จะไม่มีการอภัยบาปเลย” (ฮีบรู 9:22) และ “ทุกคนที่ต้องถูกแขวนไว้บนต้นไม้ต้องถูกสาปแช่ง” (กาลาเทีย 3:13)

บัดนี้เมื่อเรารู้ว่าปัญหาของโรคภัยไข้เจ็บมีต้นเหตุมาจากความบาป เราต้องกลับใจจากบาปทั้งสิ้นของเราและเชื่อในพระเยซูคริสต์ผู้ทรงไถ่เราให้พ้นจากโรคภัยทั้งสิ้นของเราและมีสุขภาพร่างกายแข็งแรงด้วยความเชื่อดังกล่าว พี่น้องหลายคนในปัจจุบันกำลังมีประสบการณ์กับการรักษาโรค ยืนยันถึงฤทธิ์อำนาจของพระเจ้า และเป็นพยานถึงพระเจ้าผู้ทรงพระชนม์อยู่ สิ่งนี้แสดงให้เห็นว่าใครก็ตามที่ต้อนรับเอาพระเยซูคริสต์และทูลขอในพระนามของพระองค์ ปัญหาเรื่องโรคภัยไข้เจ็บทั้งสิ้นของเขาจะได้รับคำตอบ ไม่ว่าโรคของเขาจะรุนแรงสักเพียงใดก็ตาม เมื่อบุคคลนั้นเชื่อในพระเยซูคริสต์ผู้ทรงถูกเฆี่ยนและหลั่งพระโลหิตของพระองค์อย่างจริงใจ การรักษาโรคอย่างอัศจรรย์ของพระเจ้าก็จะปรากฏขึ้น

ความเชื่อสมบูรณ์ด้วยการประพฤติ

เราต้องแสดงให้พระเจ้าเห็นถึงความเชื่อของเราซึ่งมาพร้อมกั

บการประพฤติเหมือนอย่างที่คนง่อยได้รับการรักษาให้หายด้วยความช่วยเหลือของเพื่อนทั้งสี่คนหลังจากคนเหล่านั้นแสดงให้พระเยซูเห็นถึงความเชื่อของเขาซึ่งการกระทำดังกล่าวถือเป็นการสร้างรากฐานแห่งความเชื่อของเรา เพื่อช่วยให้ผู้อ่านเข้าใจถึงคำว่า "ความเชื่อ" ดียิ่งขึ้น ข้าพเจ้าขออธิบายถึงเรื่องนี้โดยสรุป

ในชีวิตของคนที่อยู่ในพระคริสต์ เราอาจอธิบายและจำแนก "ความเชื่อ" ออกเป็นสองลักษณะ "ความเชื่อฝ่ายเนื้อหนัง" หรือ "ความเชื่อที่เป็นความรู้" หมายถึงความเชื่อที่บุคคลเชื่อเนื่องจากหลักฐานที่ปรากฏชัดเจนและพระคำที่สอดคล้องกับความรู้และความคิดของตน ในทางตรงกันข้าม "ความเชื่อฝ่ายวิญญาณ" คือความเชื่อที่บุคคลเชื่อแม้เขาจะมองไม่เห็นและแม้พระคำจะไม่สอดคล้องกับความรู้และความคิดของตนก็ตาม

ด้วย "ความเชื่อฝ่ายเนื้อหนัง" บุคคลเชื่อว่าสิ่งที่ประจักษ์แก่ตาถูกสร้างขึ้นจากสิ่งที่ประจักษ์แก่ตาเช่นกัน แต่ด้วย "ความเชื่อฝ่ายวิญญาณ" (ซึ่งบุคคลไม่สามารถมีความเชื่อประเภทนี้ได้ถ้าเขานำเอาความคิดและความรู้ของตนมาปะปน) บุคคลเชื่อว่าสิ่งที่ประจักษ์แก่ถูกสร้างขึ้นจากสิ่งที่ไม่ประจักษ์แก่ตา การที่จะมีความเชื่อประเภทนี้ได้บุคคลต้องทำลายความรู้และความคิดของตนเองลง

ความรู้จำนวนนับไม่ถ้วนถูกบันทึกไว้ในสมองของมนุษย์แต่ละบุคคลตั้งแต่เกิด สิ่งที่เขาเห็น สิ่งที่เขาได้ยิน สิ่งที่เขาเรียนรู้จากที่บ้าน จากโรงเรียน จากสภาพแวดล้อม และจากสถานการณ์ต่าง ๆ จะถูกบันทึกไว้ในสมองของเขา แต่ไม่ใช่ความรู้ทุกอย่างที่ถูกบันทึกไว้เป็นความจริง ถ้าความรู้นั้นขัดแย้งกับพระคำของพระเจ้า บุคคลต้องกำจัดความรู้นั้นออกไป ยกตัวอย่าง เราเรียนรู้จากโรง

เรียนว่าสิ่งมีชีวิตทุกอย่างล้วนแตกออกมาจากหรือมีวิวัฒนาการมาจากสิ่งมีชีวิตเร่รอนเซลล์เดียวไปจนถึงสิ่งมีชีวิตหลายเซลล์ แต่ในพระคัมภีร์เราเรียนรู้ว่าพระเจ้าทรงสร้างสิ่งสารพัดขึ้นตามชนิดของมัน เราควรทำอย่างไร แม้แต่วิทยาศาสตร์เองก็เปิดโปงให้เห็นถึงความผิดพลาดของทฤษฏีการวิวัฒนาการครั้งแล้วครั้งเล่าเป็นไปได้อย่างไร (แม้ด้วยเหตุผลของมนุษย์เองก็ตาม) ที่ลิงอุรังอุตังจะวิวัฒนาการไปเป็นมนุษย์และกบจะวิวัฒนาการไปเป็นนกบางชนิดในห้วงเวลาหลายพันล้านปี แม้แต่หลักตรรกเองก็เห็นพ้องกับแนวคิดเรื่องการทรงสร้าง

ในทำนองเดียวกัน เมื่อ “ความเชื่อฝ่ายเนื้อหนัง” ถูกเปลี่ยนเป็น “ความเชื่อฝ่ายวิญญาณ” ความสงสัยของท่านจะถูกกำจัดทิ้งไปและท่านจะยืนอยู่บนศิลาแห่งความเชื่อ ยิ่งกว่านั้น ถ้าท่านประกาศถึงความเชื่อของตนในพระเจ้า บัดนี้ท่านต้องนำเอาพระคำที่ท่านสะสำไว้เป็นความรู้ออกมาเป็นการประพฤติ ถ้าท่านประกาศว่าท่านเชื่อในพระเจ้า ท่านต้องสำแดงออกถึงการเป็นความสว่างด้วยการรักษาวันขององค์พระผู้เป็นเจ้าให้บริสุทธิ์ รักเพื่อนบ้านของท่านและเชื่อฟังพระคำแห่งความจริง

ถ้าคนง่อยในมาระโกบทที่ 2 นั่งงอมืองอเท้ารออยู่ที่บ้าน เขาคงไม่ได้รับการรักษาให้หาย แต่เพราะเขาเชื่อว่าเขาจะได้รับการรักษาให้หายเมื่อเขาพบกับพระเยซูและแสดงออกถึงความเชื่อของตนด้วยการใช้วิธีการทุกอย่างที่เขาหาได้ ชายง่อยคนนั้นจึงได้รับการรักษาให้หาย ถ้าสมมติว่าบุคคลหนึ่งปรารถนาจะสร้างบ้านของตนด้วยการอธิษฐานเพียงแค่ว่า “ข้าแต่พระเจ้า ข้าพระองค์เชื่อว่าบ้านจะถูกสร้างขึ้น” คำอธิษฐานเช่นนี้สักกี่ร้อยครั้งหรือกี่พันครั้งก็จะไม่ทำให้บ้านถูกสร้างขึ้นด้วยตัวมันเองได้ บุคคลนั้นต้องทำส่วนของ

ตนด้วยการเตรียมรากฐาน ขุดหลุม ฝังเสา และส่วนที่เหลือของบ้าน กล่าวโดยสรุปก็คือ "การประพฤติ" เป็นสิ่งจำเป็น

ถ้าท่านหรือสมาชิกคนใดในครอบครัวของท่านกำลังทนทุกข์อยู่กับโรคภัยไข้เจ็บ จงเชื่อว่าพระเจ้าจะทรงยกโทษและทรงสำแดงการรักษาโรคเมื่อพระองค์ทรงเห็นว่าทุกคนในครอบครัวของท่านเป็นอันหนึ่งอันเดียวกันในความรักซึ่งความเป็นอันหนึ่งอันเดียวกันนี้พระเจ้าทรงถือว่าเป็นรากฐานแห่งความเชื่อ บางคนพูดว่าเนื่องจากมี "วาระ" สำหรับทุกสิ่งทุกอย่าง "วาระ" แห่งการรักษาโรคของเราจะก็มีเช่นกัน แต่จงจำไว้ว่าเราจะมี "วาระ" แห่งการรักษาโรคนี้ก็ต่อเมื่อมนุษย์สร้างรากฐานแห่งความเชื่อของตนต่อพระพักตร์พระเจ้าเท่านั้น

ขอให้ท่านได้รับคำตอบในเรื่องความเจ็บป่วยของท่านรวมทั้งในทุกสิ่งที่ท่านทูลขอและจงถวายเกียรติยศแด่พระเจ้า ข้าพเจ้าอธิษฐานในพระนามขององค์พระผู้เป็นเจ้า...อาเมน

บทที่ 5

ฤทธิ์อำนาจในการรักษาโรคและความเจ็บไข้

มัทธิว 10:1

พระองค์ทรงเรียกสาวกสิบสองคนของพระองค์มาแล้วก็ประทานอำนาจให้เขาขับผีร้ายออกได้และให้รักษาโรคและความเจ็บไข้ทุกอย่างให้หายได้

ฤทธิ์อำนาจในการรักษาโรคและความเจ็บไข้

มีหลายวิธีที่จะพิสูจน์ถึงพระเจ้าผู้ทรงพระชนม์อยู่กับคนที่ไม่เชื่อ และการรักษาโรคถือเป็นหนึ่งในวิธีการเหล่านั้น เมื่อผู้คนที่ทนทุกข์ทรมานจากโรคร้าย (ซึ่งแม้แต่วิทยาศาสตร์การแพทย์ก็ไม่สามารถรักษาให้หายได้) ได้รับการรักษาให้หาย คนเหล่านี้ไม่สามารถปฏิเสธฤทธิ์อำนาจของพระเจ้าพระผู้สร้างได้อีกต่อไป แต่เขาจะเชื่อในฤทธิ์อำนาจดังกล่าวและถวายเกียรติยศแด่พระองค์

ผู้คนจำนวนมากในปัจจุบันไม่สามารถแก้ปัญหาเรื่องโรคภัยไข้เจ็บของตนเองได้แม้เขาจะมีทรัพย์สมบัติ อำนาจ ชื่อเสียง และความรู้มากมายก็ตาม คนเหล่านี้ถูกปล่อยให้ทนทุกข์ทรมานอยู่กับโรคภัยนานาชนิดของตน แม้โรคภัยจำนวนมากจะไม่มีทางรักษาให้หายด้วยแนวทางการแพทย์ที่พัฒนาก้าวไกลอย่างรุดหน้าก็ตาม แต่เมื่อผู้คนเชื่อในพระเจ้าผู้ยิ่งใหญ่ พึ่งพิงพระองค์ และมอบปัญหาเรื่องความโรคภัยไข้เจ็บไว้กับพระองค์ โรคร้ายและโรคที่ไม่มีทางรักษาก็ได้รับการรักษาให้หาย พระเจ้าของเราเป็นพระเจ้าผู้ทรงฤทธานุภาพสูงสุด สำหรับพระองค์ไม่มีสิ่งใดที่เป็นไปไม่ได้ พระองค์ทรงสามารถสร้างสิ่งสารพัดจากความว่างเปล่า ทรงทำให้ดอกตูมและดอกบานงอกขึ้นมาจากไม้เท้า (กันดารวิถี 17:8) และทรงทำให้คนตายฟื้นคืนชีพ (ยอห์น 11:17-44)

ฤทธิ์อำนาจของพระเจ้าสามารถรักษาโรคและความเจ็บไข้ทุกช

นิดได้ ในมัทธิว 4:23 เราพบว่า “พระเยซูได้เสด็จไปทั่วแคว้นกาลิลี ทรงสั่งสอนในธรรมศาลาของเขา ทรงประกาศข่าวประเสริฐเรืองแผ่นดินของพระเจ้า และทรงรักษาโรคภัยไข้เจ็บของชาวเมืองให้หาย” และในมัทธิว 8:17 เราพบเช่นกันว่า “ทั้งนี้เพื่อจะให้สำเร็จตามพระวจนะโดยอิสยาห์ผู้เผยพระวจนะที่ว่า ‘ท่านได้แบกความเจ็บไข้ของเราทั้งหลายและหอบโรคของเราไป’” พระคัมภีร์ข้อต่าง ๆ เหล่านี้กล่าวถึง “โรคภัยไข้เจ็บ” “ความเจ็บไข้” และ “โรค”

คำว่า “ความเจ็บไข้” ในที่นี้ไม่ได้หมายถึงโรคภัยไข้เจ็บธรรมดาทั่วไป (เช่น โรคหวัดหรืออาการป่วยไข้ที่เกิดจากความอ่อนเพลียเมื่อยล้า) แต่หมายถึงความบกพร่องทางร่างกายหรือสภาพที่ผิดปกติซึ่งทำให้ร่างกายของบุคคล อวัยวะในร่างกาย หรืออวัยวะอื่น ๆ ของเขาง่อยเปลี้ยหรือเสื่อมถอยลงเนื่องจากอุบัติเหตุหรือความผิดพลาดของพ่อแม่หรือของตนเอง (เช่น คนเป็นใบ้ คนหูหนวก คนตาบอด และคนง่อยซึ่งเกิดจากความพิการในวัยเด็กหรือที่เรียกว่า “โปลิโอ” เหล่านี้เป็นต้น) ที่ไม่สามารถรักษาให้หายด้วยความรู้ของมนุษย์ เราสามารถเรียกอาการเหล่านี้ว่า “ความเจ็บไข้” นอกเหนือจากอาการที่มีต้นเหตุมาจากอุบัติเหตุหรือความผิดพลาดของพ่อแม่หรือของตนเองแล้ว (อย่างเช่นในกรณีของชายที่ตาบอดแต่กำเนิดในยอห์น 9:1-3) ยังมีผู้คนที่ประสบกับความเจ็บไข้เพื่อทำให้สง่าราศีของพระเจ้าปรากฏขึ้น แต่กรณีเช่นนี้มีน้อยมากเนื่องจากความเจ็บไข้ส่วนใหญ่มีต้นเหตุมาจากความไม่รู้และความผิดพลาดของมนุษย์

เมื่อผู้คนกลับใจและต้อนรับเอาพระเยซูคริสต์ในขณะที่เขาเสา

ะหาความเชื่อในพระเจ้า พระองค์ทรงมอบพระวิญญาณบริสุทธิ์เ ป็นของขวัญให้กับคนเหล่านี้ นอกเหนือจากพระวิญญาณบริสุทธิ์ แล้วคนเหล่านี้ยังได้รับสิทธิแห่งการเป็นบุตรของพระเจ้าด้วยเช่น กัน เมื่อพระวิญญาณบริสุทธิ์สถิตอยู่กับคนเหล่านี้ โรคภัยส่วนใหญ่ จะได้รับการรักษาให้หาย (ยกเว้นในกรณีของโรคที่ร้ายแรง) การ ที่คนเหล่านี้ได้รับพระวิญญาณบริสุทธิ์จะเปิดโอกาสให้ไฟของพระ วิญญาณบริสุทธิ์ลงมาเหนือเขาและเผาผลาญความป่วยไข้ของเขา ยิ่งกว่านั้น แม้บุคคลจะประสบกับโรคภัยที่ร้ายแรง เมื่อเขาอธิษฐาน ด้วยความเชื่ออย่างร้อนรน ทำลายกำแพงบาประหว่างเขากับพระเ จ้า หันหลังให้กับวิถีแห่งความบาป และกลับใจใหม่ บุคคลนั้นจะได้ รับการรักษาให้หายตามความเชื่อของตน

"ไฟของพระวิญญาณบริสุทธิ์" หมายถึงการรับบัพติศมาด้วย ไฟซึ่งเกิดขึ้นหลังจากที่บุคคลได้รับพระวิญญาณบริสุทธิ์และในส ายพระเนตรของพระเจ้าไฟนี้คือฤทธิ์อำนาจของพระองค์ เมื่อสา ยตาฝ่ายวิญญาณของยอห์นผู้ให้รับบัพติศมาถูกเปิดออกและท่าน มองเห็น ยอห์นบรรยายถึงไฟของพระวิญญาณบริสุทธิ์ว่าการรับ "บัพติศมาด้วยไฟ" ยอห์นผู้ให้รับบัพติศมากล่าวในมัทธิว 3:11 ว่า "เราให้เจ้าทั้งหลายรับบัพติศมาด้วยน้ำแสดงว่ากลับใจใหม่ก็จริง แต่ พระองค์ผู้จะมาภายหลังเราทรงมีอิทธิฤทธิ์ยิ่งกว่าเราอีกซึ่งเราไม่คู่ค วรแม้จะถอดฉลองพระบาทของพระองค์ พระองค์จะทรงให้เจ้าทั้งห ลายรับบัพติศมาด้วยพระวิญญาณบริสุทธิ์และด้วยไฟ" การรับบัพติ ศมาด้วยไฟไม่ได้เกิดขึ้นตลอดเวลาแต่จะเกิดขึ้นเฉพาะในยามที่บุค

คลเต็มล้นด้วยพระวิญญาณบริสุทธิ์เท่านั้น เนื่องจากไฟของพระวิญญาณบริสุทธิ์จะลงมาเหนือบุคคลที่เต็มล้นด้วยพระวิญญาณบริสุทธิ์เสมอ ความบาปและโรคภัยทั้งสิ้นของเขาจะถูกเผาผลาญและเขาจะมีสุขภาพร่างกายแข็งแรง

เมื่อการรับบัพติศมาด้วยไฟเผาผลาญคำแช่งสาปของโรคภัยไข้เจ็บ โรคภัยส่วนใหญ่จะได้รับการรักษาให้หาย แต่ความเจ็บไข้ไม่อาจถูกเผาผลาญโดยการรับบัพติศมาด้วยไฟได้ ความเจ็บไข้จะได้รับการรักษาให้หายได้อย่างไร

ความเจ็บไข้ทุกอย่างสามารถรักษาให้หายได้ด้วยฤทธิ์อำนาจที่พระเจ้าประทานเท่านั้น เพราะฉะนั้นยอห์น 9:32-33 จึงบอกเราว่า "ตั้งแต่เริ่มมีโลกมาแล้วไม่เคยมีใครได้ยินว่ามีผู้ใดทำให้ตาของคนที่บอดแต่กำเนิดมองเห็นได้ ถ้าท่านผู้นั้นไม่ได้มาจากพระเจ้าแล้วก็คงไม่สามารถทำได้"

กิจการ 3:1-10 เป็นภาพเหตุการณ์ที่เปโตรและยอห์น (ซึ่งท่านทั้งสองได้รับฤทธิ์อำนาจของพระเจ้า) ช่วยคนง่อยแต่กำเนิดที่นั่งขอทานอยู่บริเวณประตูงามให้ลุกขึ้นยืน เมื่อเปโตรกล่าวกับคนง่อยนั้นว่า "เงินและทองเราไม่มี แต่ที่เรามีอยู่เราจะให้ท่าน คือในพระนามแห่งพระเยซูคริสต์ชาวนาซาเร็ธ จงเดิเถิด" แล้วท่านจับมือของชายคนนั้นพยุงขึ้นในทันใดนั้นเท้าและข้อเท้าของคนง่อยก็มีกำลังขึ้นและเขาเริ่มสรรเสริญพระเจ้า เมื่อผู้คนเห็นชายที่เคยเป็นง่อยขอทานเดินไปมาพร้อมกับสรรเสริญพระเจ้า คนเหล่านั้นก็เกิดความประหลาดใจแ

ละอัศจรรย์ใจ

ถ้าบุคคลต้องการหายโรคเขาต้องมีความเชื่อในพระเยซูคริสต์ แม้ชายง่อยคนนั้นจะเป็นเพียงคนขอทาน แต่เพราะเขาเชื่อในพระเยซูคริสต์เขาจึงหายโรคเมื่อผู้คนที่ได้รับฤทธิ์อำนาจของพระเจ้าอธิษฐานเผื่อเขา เพราะฉะนั้นพระคัมภีร์จึงบอกเราว่า "โดยความเชื่อในพระนามของพระองค์พระนามนั้นจึงได้กระทำให้คนนี้ซึ่งท่านทั้งหลายเห็นและรู้จักมีกำลังขึ้น คือความเชื่อซึ่งเป็นไปโดยพระองค์ได้กระทำให้คนนี้หายเป็นปกติต่อหน้าท่านทั้งหลาย" (กิจการ 3:16)

ในมัทธิว 10:1 เราพบว่าพระเยซูทรงมอบฤทธิ์อำนาจให้เหล่าสาวกขับผีร้ายออกและรักษาโรคและความเจ็บไข้ทุกอย่างให้หาย ในสมัยพระคัมภีร์เดิม พระเจ้าทรงมอบฤทธิ์อำนาจในการรักษาความเจ็บไข้ให้กับผู้เผยพระวจนะที่พระองค์ทรงรักอย่างโมเสส เอลียาห์ และเอลีชา ในสมัยพระคัมภีร์ใหม่ ฤทธิ์อำนาจของพระเจ้าอยู่กับบุคคลอย่างอัครทูตเปโตรและเปาโลรวมทั้งคนงานที่สัตย์ซื่อของพระองค์อย่างสเทเฟนและฟีลิป

เมื่อบุคคลได้รับฤทธิ์อำนาจของพระเจ้าทุกสิ่งก็เป็นไปได้สำหรับเขาเพราะเขาสามารถช่วยคนง่อยให้ลุกขึ้นยืน รักษาคนที่เป็นอัมพาตในวัยเด็กให้เดินได้ ทำให้คนตาบอดมองเห็น คนหูหนวกได้ยิน และทำให้ลิ้นที่พูดติดอ่างของคนใบ้และคนหูหนวกหายเป็นปกติ

วิธีการต่าง ๆ ในการรักษาความเจ็บไข้

1. ฤทธิ์อำนาจของพระเจ้ารักษาคนหูหนวกและคนใบ้

มาระโก 7:31-37 เป็นภาพเหตุการณ์ที่ฤทธิ์อำนาจของพระเจ้าทรงรักษาคนหูหนวกและคนใบ้ เมื่อผู้คนนำชายคนนั้นมาหาพระเยซูพร้อมกับวิงวอนให้พระองค์วางพระหัตถ์บนเขา พระองค์จึงทรงนำชายคนนั้นออกมาจากประชาชนไปอยู่ต่างหากและทรงเอานิ้วพระหัตถ์ยอนเข้าที่หูของชายผู้นั้นและทรงบ้วนน้ำลายเอานิ้วพระหัตถ์จิ้มแตะลิ้นคนนั้น แล้วพระองค์ทรงแหงนพระพักตร์ดูฟ้าสวรรค์และทรงถอนพระทัยพร้อมกับตรัสแก่ชายคนนั้นว่า “เอฟฟาธา” (แปลว่า “จงเปิดออก”) ทันใดนั้น หูของชายคนนั้นก็หายเป็นปกติ สิ่งที่ขัดลิ้นของเขาก็หลุดและเขาเริ่มพูดได้อย่างชัดเจน

พระเจ้าผู้ทรงสร้างสิ่งสารพัดในจักรวาลด้วยพระดำรัสของพระองค์จะไม่สามารถรักษาชายคนนั้นด้วยพระดำรัสของพระองค์หรือทำไมพระเยซูจึงเอานิ้วพระหัตถ์ยอนเข้าที่หูของชายคนนั้น เนื่องจากชายหูหนวกไม่ได้ยินและต้องสื่อสารด้วยภาษามือ ชายคนนั้นคงไม่อาจมีความเชื่อด้วยวิธีการแบบคนธรรมดาทั่วไปมิได้ถ้าพระเยซูตรัสด้วยพระสุรเสียงของพระองค์ เพราะพระเยซูทรงทราบว่าชายคนนั้นขาดความเชื่อ พระองค์จึงเอานิ้วพระหัตถ์ยอนเข้าที่หูของเขาเพื่อให้ชายคนนั้นมีความเชื่อโดยผ่านการสัมผัสด้วยพระหัตถ์ของพระองค์เพื่อเขาจะได้รับการรักษา ปัจจัยสำคัญที่สุดคือความเชื่อซึ่งทำ

ให้บุคคลเชื่อว่าตนสามารถหายโรคได้ พระเยซูสามารถรักษาชายคนนั้นด้วยพระดำรัสของพระองค์แต่เพราะชายคนนั้นไม่ได้ยิน พระองค์จึงทรงปลูกฝังความเชื่อให้กับเขาและทรงทำให้ชายคนนั้นหายโรคด้วยวิธีการดังกล่าว

ทำไมพระเยซูทรงบ้วนน้ำลายและเอานิ้วพระหัตถ์จิ้มแตะลิ้นชายคนนั้น ที่พระเยซูทรงบ้วนน้ำลายนั้นบอกให้เราทราบว่าวิญญาณชั่วคือต้นเหตุที่ทำให้ชายคนนั้นเป็นใบ้ ถ้ามีคนถ่มน้ำลายรดหน้าท่านโดยไม่มีเหตุผล ท่านจะรู้สึกอย่างไร โดยทั่วไปการถ่มน้ำลายรดถือเป็นการกระทำที่ไม่ให้เกียรติและเป็นพฤติกรรมที่ไร้ศีลธรรมซึ่งเป็นการทำลายศักดิ์ศรีของบุคคลอย่างสิ้นเชิง เนื่องจากการถ่มน้ำลายรดแสดงถึงการไม่ให้เกียรติและการลดคุณค่าต่อตัวบุคคล พระเยซูจึงทรงบ้วนน้ำลายเพื่อขับไล่ (ทำลายศักดิ์ศรี) วิญญาณชั่วออกไป

ในปฐมกาล เราพบว่าพระเจ้าทรงสาปงูให้กินผงคลีดินเป็นอาหารตลอดชีวิตของมัน นั่นคือคำแช่งสาปของพระเจ้าที่มีต่อผีมารซาตานซึ่งเป็นผู้ยุยงงูให้ล่อลวงมนุษย์ที่ถูกสร้างจากผงคลีดิน ด้วยเหตุนี้ นับตั้งแต่สมัยอาดัมเป็นต้นมาผีมารซาตานจึงพยายามทำให้มนุษย์ตกเป็นเหยื่อของมันและแสวงหาโอกาสที่จะล้างผลาญและสร้างความทุกข์ทรมานให้กับมนุษย์ แมลงวัน ยุง และตัวหนอนชอบอาศัยอยู่ในสถานที่สกปรกฉันใด ผีมารซาตานก็ชอบอาศัยอยู่ในผู้คนที่มีจิตใจเต็มไปด้วยความบาป ความชั่ว และอารมณ์วู่วามพร้อมกับครอบงำความคิดของเขาไว้ด้วยฉันนั้น เราต้องรู้ว่าผู้คนที่ดำเนินชีวิตและกร

ะทำตามพระคำของพระเจ้าเท่านั้นที่จะได้รับการรักษาให้หายจากโรคภัยของตน

2. ฤทธิ์อำนาจของพระเจ้ารักษาคนตาบอด

ในมาระโก 8:22-25 เราอ่านพบเรื่องราวต่อไปนี้

พระองค์กับเหล่าสาวกจึงไปยังเมืองเบธไซดา เขาพาคนตาบอดคนหนึ่งมาหาพระองค์ทูลอ้อนวอนขอพระองค์ให้โปรดถูกต้องคนนั้น พระองค์ได้ทรงจูงมือคนตาบอดออกไปนอกหมู่บ้าน เมื่อได้ทรงบ้วนน้ำลายลงที่ตาคนนั้นและวางพระหัตถ์บนเขาแล้ว พระองค์จึงตรัสถามว่า “เจ้าเห็นสิ่งใดบ้างหรือไม่” คนนั้นเงยหน้าดูแล้วทูลว่า “ข้าพระองค์แลเห็นคนเหมือนต้นไม้เดินไปเดินมา” พระองค์จึงวางพระหัตถ์บนตาเขาอีกแล้วเขาก็เพ่งดูและตาก็หายเป็นปกติแลเห็นสิ่งทั้งหลายได้ชัดเจน

เมื่อพระเยซูทรงอธิษฐานเผื่อชายตาบอดคนนั้น พระองค์ทรงบ้วนน้ำลายลงที่ตาของเขา ทำไมชายตาบอดคนนั้นจึงมองไม่เห็นในครั้งแรกที่พระเยซูทรงอธิษฐานเผื่อเขาแต่กลับมองเห็นหลังจากพระเยซูทรงอธิษฐานเผื่อเขาเป็นครั้งที่สอง พระเยซูสามารถรักษาชายคนนั้นให้หายขาดด้วยฤทธิ์อำนาจของพระองค์แต่เพราะชายคนนั้นมีความเชื่อน้อย พระองค์จึงทรงอธิษฐานเผื่อเขาเป็นครั้งที่สองและทรงช่วยเขาให้มีความเชื่อเพิ่มขึ้น จากเรื่องนี้พระเยซูทรงสอนเราว่าเมื่อผู้คนไม่ได้รับการรักษาให้หายในครั้งแรก เราต้องอธิษฐานเผื่อค

นเหล่านั้นเป็นครั้งที่สอง ครั้งที่สาม หรือแม้กระทั่งครั้งที่สี่จนกว่าเมล็ดพันธุ์แห่งความเชื่อ (ซึ่งจะทำให้เขาเชื่อในการรักษาโรคของตน) จะถูกเพาะบ่มไว้ในชีวิตของเขา

พระเยซู (ซึ่งไม่มีสิ่งใดที่เป็นไปไม่ได้สำหรับพระองค์) ทรงอธิษฐานและอธิษฐานซ้ำอีกเมื่อพระองค์ทรงทราบว่าชายตาบอดคนนั้นไม่สามารถรับการรักษาให้หายได้ด้วยความเชื่อของตนเอง เราควรทำอย่างไร เราต้องทูลวิงวอนและอธิษฐานด้วยความอดทนนานเพิ่มมากขึ้นจนกว่าเราได้รับการรักษาให้หาย

ในยอห์น 9:6-9 เป็นเรื่องราวของชายที่ตาบอดแต่กำเนิดที่ได้รับการรักษาให้หายหลังจากพระเยซูทรงบ้วนน้ำลาย (พระเขฬะ) ลงที่ดินและทรงเอาน้ำลายนั้นทำเป็นโคลนทาที่ตาของเขา ทำไมพระเยซูจึงทรงรักษาชายคนนั้นด้วยการบ้วนน้ำลายลงที่ดินและทรงเอาน้ำลายทำเป็นโคลนทาที่ตาของเขา น้ำลายในที่นี้ไม่ได้หมายถึงสิ่งที่สกปรก พระเยซูทรงบ้วนน้ำลายลงที่ดินเพื่อพระองค์จะทรงเอาน้ำลายนั้นทำเป็นโคลนและใช้โคลนนั้นทาตาของคนตาบอด นอกจากนั้นสาเหตุที่พระเยซูทรงใช้น้ำลายทำเป็นโคลนก็เพราะที่นั่นน้ำเป็นสิ่งที่หายาก ในกรณีที่เด็กเป็นฝีหรือมีอาการบวมพุพองหรือถูกแมลงสัตว์กัดต่อย พ่อแม่มักใช้น้ำลายของตนทาให้กับเด็กด้วยความรัก เราต้องเข้าใจถึงความรักขององค์พระผู้เป็นเจ้าของเราผู้ทรงใช้วิธีการอันหลากหลายเพื่อช่วยบุคคลที่มีความเชื่ออ่อนแอ

เมื่อพระเยซูทรงทาโคลนที่ตาของคนตาบอด ชายคนนั้นรู้สึกถึงอิ

นทีรีสัมผัสของโคลนที่ตาของเขาและเริ่มมีความเชื่อซึ่งทำให้เขาได้รับการรักษา หลังจากพระเยซูประทานความเชื่อให้กับชายตาบอดที่มีความเชื่อน้อยคนนั้นแล้วพระองค์ทรงเปิดตาของเขาด้วยพระดำรัสของพระองค์

พระเยซูตรัสกับเราว่า "ถ้าพวกท่านไม่เห็นหมายสำคัญและการอัศจรรย์ ท่านก็จะไม่เชื่อ" (ยอห์น 4:48) ในปัจจุบัน เป็นการยากที่จะช่วยผู้คนให้มีความเชื่อด้วยพระคำของพระเจ้าเพียงอย่างเดียวโดยที่คนเหล่านั้นไม่ได้เห็นถึงหมายสำคัญและการอัศจรรย์ ในยุคที่วิทยาศาสตร์และความรู้ของมนุษย์พัฒนาไปอย่างรุดหน้าเช่นนี้ เป็นการยากมากขึ้นที่จะทำให้คนมีความเชื่อฝ่ายวิญญาณซึ่งทำให้คนเชื่อในพระเจ้าผู้ไม่ประจักษ์แก่ตาได้ เรามักได้ยินอยู่บ่อยครั้งว่า "การเห็นคือการเชื่อ" ในทำนองเดียวกัน เพราะความเชื่อของคนจะเติบโตและการรักษาโรคจะเกิดขึ้นอย่างรวดเร็วเมื่อคนเหล่านั้นเห็นหลักฐานที่จับต้องได้เกี่ยวกับพระเจ้าผู้ทรงพระชนม์อยู่ ดังนั้น "การอัศจรรย์และหมายสำคัญ" จึงเป็นสิ่งจำเป็นอย่างยิ่ง

3. ฤทธิ์อำนาจของพระเจ้ารักษาคนง่อย

พระเยซูทรงประกาศข่าวประเสริฐและทรงรักษาผู้คนให้หายจากความป่วยไข้และโรคภัยนานาชนิดฉันใด เหล่าสาวกของพระองค์ก็สำแดงถึงฤทธิ์อำนาจของพระเจ้าด้วยฉันนั้น

เมื่อเปโตรสั่งคนง่อยที่นั่งขอทานว่า "ในพระนามแห่งพระเยซูคริสต์ชาวนาซาเร็ธ จงเดินเถิด" และจับมือขวาของเขาพยุงขึ้น

ทันใดนั้นเท้าและข้อเท้าของคนง่อยก็มีกำลัง เขาจึงกระโดดขึ้นยืนและเริ่มเดิน (กิจการ 3:6-10) เมื่อผู้คนเห็นถึงหมายสำคัญและการอัศจรรย์ที่เปโตรได้กระทำหลังจากท่านได้รับฤทธิ์อำนาจจากพระเจ้า ผู้คนจำนวนมากก็เข้ามาเชื่อถือในองค์พระผู้เป็นเจ้า คนเหล่านั้นถึงกับหามแคร่และที่นอนของคนเจ็บป่วยออกไปวางไว้ที่ถนนเพื่อเมื่อเปโตรเดินผ่านไปอย่างน้อยเงาของท่านจะถูกตัวเขาบางคน ฝูงชนที่ออกมาจากเมืองต่าง ๆ ซึ่งอยู่ล้อมรอบกรุงเยรูซาเล็มก็พาคนป่วยและคนที่มีผีโสโครกเบียดเบียนมาและทุกคนก็ได้รับการรักษาให้หาย (กิจการ 5:14-16)

กิจการ 8:5-8 ระบุว่า "ส่วนฟีลิปก็ไปยังเมืองหนึ่งในแคว้นสะมาเรียและประกาศเรื่องพระคริสต์ให้ชาวเมืองฟัง ประชาชนก็พร้อมใจกันฟังถ้อยคำที่ฟีลิปได้ประกาศเพราะเขาได้ยินท่านพูดและได้เห็นหมายสำคัญซึ่งท่านได้กระทำนั้น ด้วยว่าผีโสโครกที่สิงอยู่ในคนหลายคนได้พากันร้องด้วยเสียงดังแล้วออกมาจากคนเหล่านั้นและคนที่เป็นโรคอัมพาตกับคนง่อยก็หายเป็นปกติ จึงเกิดความปลื้มปีติอย่างยิ่งในเมืองนั้น"

ในกิจการ 14:8-12 เป็นเรื่องราวของชายง่อยตั้งแต่กำเนิดคนหนึ่งซึ่งเท้าใช้การไม่ได้และเขาไม่เคยเดินมาก่อน หลังจากชายคนนั้นฟังคำเทศนาของเปาโลและมีความเชื่อจนทำให้ตนได้รับการรักษา เมื่อเปาโลสั่งชายคนนั้นว่า "จงลุกขึ้นยืนตรง" ทันใดนั้นคนง่อยก็กระโดดขึ้นและเดินไป เมื่อผู้คนเห็นสิ่งที่เกิดขึ้นจึงพากันร้องออกม

ว่า "พวกพระแปลงเป็นมนุษย์ลงมาหาเราแล้ว"

ในกิจการ 19:11-12 เราพบว่า "พระเจ้าได้ทรงกระทำอิทธิฤทธิ์อันพิสดารด้วยมือของเปาโล จนเขานำเอาผ้าเช็ดหน้ากับผ้ากันเปื้อนจากตัวเปาโลไปวางที่ตัวคนป่วยไข้โรคนั้นก็หายและผีร้ายก็ออกจากคน" ฤทธิ์อำนาจของพระเจ้าเป็นสิ่งที่น่าประหลาดและอัศจรรย์ใจมาก

ในปัจจุบัน ฤทธิ์อำนาจของพระเจ้าถูกสำแดงผ่านทางบุคคลที่มีจิตใจบริสุทธิ์และมีความรักที่สมบูรณ์แบบเหมือนบุคคลอย่างเปโตร เปาโล ฟีลิป และสเทเฟน เมื่อผู้คนเข้ามาหาพระเจ้าด้วยความปรารถที่จะหายจากความเจ็บไข้ของตน คนเหล่านี้จะหายโรคด้วยการรับเอาคำอธิษฐานจากผู้รับใช้ของพระเจ้าที่พระองค์ทรงกระทำการผ่านตัวเขา

นับตั้งแต่การก่อตั้งคริสตจักรมันมิน พระเจ้าผู้ทรงพระชนม์อยู่ทรงอนุญาตให้ข้าพเจ้าสำแดงหมายสำคัญและการอัศจรรย์มากมาย ปลูกฝังความเชื่อในจิตใจของสมาชิก และทำให้เกิดการฟื้นฟูอย่างยิ่งใหญ่

มีผู้หญิงคนหนึ่งซึ่งถูกสามีที่ติดเหล้าทำร้ายร่างกายอย่างต่อเนื่อง เมื่อประสาทตาของเธอตายและหมอหมดหนทางที่จะรักษาตาของเธอให้หายหลังจากเธอถูกทำร้ายร่างกายอย่างรุนแรง ผู้หญิงคนนี้จึงเดินทางมาที่คริสตจักรมันมินเมื่อเธอทราบข่าวเกี่ยวกับคริสตจักรแ

ห่งนี้ เธอเข้าร่วมในการนมัสการอย่างขยันหมั่นเพียรและอธิษฐานเผื่อการรักษาโรคอย่างร้อนรน เมื่อเธอรับเอาคำอธิษฐานของข้าพเจ้าเธอก็สามารถมองเห็นอีกครั้งหนึ่ง ฤทธิ์อำนาจของพระเจ้าได้ซ่อมแซมประสาทตาของเธอ (ที่ตายสนิท) ให้กลับมาอยู่ในสภาพที่สมบูรณ์แบบอีกครั้งหนึ่ง

มีชายคนหนึ่งที่ทนทุกข์ทรมานจากอาการบาดเจ็บอย่างรุนแรงหลังจากกระดูกสันหลังของเขาแตกถึงแปดจุด เมื่อร่างกายส่วนล่างของชายคนนั้นเป็นอัมพาต เขาจำเป็นต้องตัดขาทั้งสองข้างของตนทิ้งไป หลังจากต้อนรับเอาพระเยซูคริสต์ชายคนนั้นไม่ต้องถูกตัดขาแต่เขายังต้องอาศัยไม้เท้า จากนั้นเขาเริ่มเข้าร่วมประชุมอธิษฐานที่ศูนย์การประชุมอธิษฐานมันมิน ไม่นานต่อมาในช่วงการประชุมอธิษฐานโต้รุ่งคืนวันศุกร์ หลังจากชายคนนั้นรับเอาคำอธิษฐานของข้าพเจ้าเขาก็โยนไม้เท้าของตนทิ้งไปพร้อมกับลุกขึ้นเดินด้วยเท้าทั้งสองข้าง นับจากนั้นเป็นต้นมาชายคนนี้ก็กลายเป็นผู้ประกาศพระกิตติคุณ

ฤทธิ์อำนาจของพระเจ้าสามารถรักษาความเจ็บไข้นานาชนิดที่การแพทย์ไม่สามารถรักษาให้หายได้ พระเยซูทรงสัญญากับเราในยอห์น 16:23 ว่า "ในวันนั้นท่านจะไม่ถามอะไรเราอีก เราบอกความจริงแก่ท่านทั้งหลายว่าถ้าท่านขอสิ่งใดจากพระบิดาพระองค์จะประทานสิ่งนั้นให้แก่ท่านในนามของเรา" ขอให้ท่านเชื่อในฤทธิ์อำนาจอันอัศจรรย์ของพระเจ้า แสวงหาฤทธิ์อำนาจนั้นด้วยใจร้อนรน ได้รับคำตอบต่อปัญหาเรื่องโรคภัยไข้เจ็บทั้

งสืนของท่าน และเป็นผู้นำข่าวดีเกียวกับพระเจ้าผู้ยิ่งใหญ่ที่ทรงพระชนม์อยู่ไปบอกแก่คนทั้งปวง ข้าพเจ้าอธิษฐานในพระนามขององค์พระผู้เป็นเจ้า...อาเมน

บทที่ 6

วิธีการรักษาคนที่ถูกผีเข้าสิง

มาระโก 9:28-29

เมื่อพระองค์ (พระเยซู) เสด็จเข้าในเรือนแล้วเหล่าสาวกมาทูลถามพระองค์เป็นส่วนตัวว่า "เหตุไฉนพวกข้าพระองค์ขับผีนั้นออกไม่ได้" พระองค์ตรัสตอบเขาว่า "ผีอย่างนี้จะขับให้ออกไม่ได้เลยเว้นแต่โดยการอธิษฐานเท่านั้น"

ในยุคสุดท้ายความรักจะเยือกเย็นลง

ความเจริญก้าวหน้าทางด้านวิทยาศาสตร์และการพัฒนาทางด้านอุตสาหกรรมยุคใหม่นำมาซึ่งความมั่งคั่งร่ำรวยทางด้านวัตถุและเปิดโอกาสให้ผู้คนแสวงหาความสะดวกสบายและ-ผลประโยชน์เพิ่มมากขึ้น ในเวลาเดียวกัน ปัจจัยสองอย่างนี้ส่งผลให้เกิดความเหินห่าง ความเห็นแก่ตัว การทรยศหักหลัง และความรู้สึกเป็นปมด้อยในท่ามกลางผู้คนในขณะที่ความรักเริ่มลดน้อยลงและความเข้าใจรวมทั้งการยกโทษกลายเป็นสิ่งที่หายาก

เหมือนที่มัทธิว 24:12 พยากรณ์ไว้ว่า "ความรักของคนส่วนมากจะเยือกเย็นลงเพราะความอธรรมแผ่กว้างออกไป" เมื่อความชั่วร้ายเพิ่มมากขึ้นและความรักจะเยือกเย็นลง ปัญหาที่ร้ายแรงที่สุดปัญหาหนึ่งในสังคมเราในปัจจุบันคือผู้คนที่ทนทุกข์อันเนื่องมาจากความผิดปกติทางสมอง (เช่นคนที่ป่วยเป็นโรคประสาทและโรคจิตเภท) เริ่มมีจำนวนเพิ่มากขึ้น

สถาบันจิตเวชจะแยกผู้ป่วยที่ไม่สามารถดำเนินชีวิตตามปกติไว้ต่างหากแต่ยังไม่มีวิธีการบำบัดรักษาที่เหมาะสมสำหรับคนกลุ่มนี้ ถ้าไม่มีความคืบหน้าเกิดขึ้นหลังจากการรักษาเป็นเวลาหลายปีผ่านไป ครอบครัวจะเริ่มเหน็ดเหนื่อยและในหลายกรณีครอบครัวจะละเลยหรือทอดทิ้งผู้ป่วยให้อยู่ในสภาพของคนไร้ญาติ คนป่วยเหล่านี้ (ซึ่งมีชีวิตที่เหินห่างและปราศจากครอบครัว) ไม่สามารถทำหน้าที่เหมือนคนปกติทั่วไปได้ แม้การรักษาคนเหล่านี้ต้องอาศัยความรักที่แท้จริงจากญาติพี่น้องของตน แต่มีคนไม่มากนักที่พร้อมจะแสดงความรักกับผู้ป่วยโรคจิต

ในพระคัมภีร์เราพบอยู่หลายครั้งว่าพระเยซูทรงรักษาผู้คนที่

ถูกผีเข้าสิง ทำไมพระคัมภีร์จึงบันทึกเรื่องราวของคนเหล่านี้เอาไว้ เมื่อยุคสุดท้ายใกล้จะมาถึง ความรักจะเยือกเย็นลงและผีมารซาตานจะยัดเยียดความทุกข์ทรมานให้กับผู้คนด้วยการทำให้คนเหล่านั้นเจ็บป่วยจากอาการผิดปกติทางสมองและทำให้เขากลายเป็นทาสของผีโสโครก ซาตานยัดเยียดความทุกข์ทรมานทำให้เจ็บป่วย สร้างความสับสน และใส่ความคิดที่เปรอะเปื้อนด้วยความบาปและความชั่วร้ายไว้ในผู้คน เพราะสังคมจมปลักอยู่ในความชั่วร้ายและความบาปผู้คนจึงอิจฉาริษยา ทะเลาะเบาะแว้งเกลียดชัง และล้างผลาญซึ่งกันและกัน เมื่อยุคสุดท้ายใกล้จะมาถึงคริสเตียนต้องสามารถแยกแยะความจริงออกจากความเท็จ รักษาความเชื่อของตนเอาไว้ และมีสุขภาพกายและสุขภาพจิตที่แข็งแรงสมบูรณ์

ขอให้เราสำรวจถึงสาเหตุที่อยู่เบื้องหลังการปลุกปั่นและการทรมานของซาตานรวมทั้งจำนวนที่เพิ่มขึ้นของผู้คนที่ถูกซาตานและผีโสโครกเข้าสิงตลอดจนผู้คนที่ทนทุกข์ทรมานจากอาการผิดปกติทางสมองในสังคมของเราในปัจจุบันซึ่งเต็มไปด้วยความเจริญก้าวหน้าทางด้านวิทยาศาสตร์

ขั้นตอนของการถูกผีมารเข้าสิง

ทุกคนมีจิตสำนึก คนส่วนใหญ่ประพฤติและดำเนินชีวิตตามจิตสำนึกของตน แต่มาตรฐานแห่งจิตสำนึกของแต่ละคนรวมทั้งผลลัพธ์ที่เกิดขึ้นตามมาจะแตกต่างกันออกไปจากคนหนึ่งไปสู่อีกคนหนึ่ง ทั้งนี้ก็เพราะว่าแต่ละคนเกิดและเติบโตขึ้นในสภาพแวดล้อมและเงื่อนไขที่แตกต่างกัน แต่ละคนเห็น ได้ยิน และเรียนรู้สิ่งต่าง ๆ

จากพ่อแม่ ครอบครัว และโรงเรียนต่างกันรวมทั้งจดจำข้อมูลที่แตกต่างกัน

ในด้านหนึ่ง พระคำของพระเจ้าซึ่งเป็นความจริงบอกกับเราว่า "อย่าให้ความชั่วชนะเราได้ แต่จงชนะความชั่วด้วยความดี" (โรม 12:21) และกำชับเราว่า "อย่าต่อสู้คนชั่ว ถ้าผู้ตบแก้มขวาของท่านก็จงหันแก้มซ้ายให้เขาด้วย" (มัทธิว 5:39) เนื่องจากพระคำของพระเจ้าสอนเราเรื่องความรักและการยกโทษ มาตรฐานของการตัดสินที่ว่า "แพ้เป็นพระ" จึงได้รับการปลูกฝังไว้ในผู้คนที่เชื่อ แต่ในอีกด้านหนึ่ง ถ้าบุคคลได้รับการปลูกฝังว่าเขาต้องตอบโต้กลับทันทีเมื่อเขาถูกทำร้ายคนนี้จะมีมาตรฐานที่กำหนดว่าการต่อสู้คือการกระทำอันกล้าหาญในขณะที่การหลีกเลี่ยงการต่อสู้คือความขี้ขลาด ปัจจัยสามอย่างต่อไปนี้จะสร้างจิตสำนึกที่แตกต่างกันในแต่ละบุคคล ได้แก่ อะไรคือมาตรฐานของการตัดสินของบุคคล บุคคลนั้นดำเนินชีวิตอย่างชอบธรรมหรืออธรรม และบุคคลนั้นประนีประนอมกับโลกมากน้อยเพียงใด

ถ้าผู้คนดำเนินชีวิตแตกต่าง จิตสำนึกของเขาก็จะแตกต่าง ผีมารซาตานจะใช้สิ่งนี้ทดลองผู้คนให้ดำเนินชีวิตตามเนื้อหนังซึ่งตรงกันข้ามกับความชอบธรรมและความดีงามด้วยการกระตุ้นให้เขามีความคิดชั่วร้ายและปลุกปั่นเขาให้ทำบาป

ภายในจิตใจของมนุษย์มีความขัดแย้งกันระหว่างความต้องการของพระวิญญาณบริสุทธิ์ซึ่งทำให้ผู้คนดำเนินชีวิตตามธรรมบัญญัติของพระเจ้าและความต้องการของเนื้อหนังซึ่งปลุกเร้าให้ผู้คนทำตามความปรารถนาของเนื้อหนัง เพราะฉะนั้นพระคำของพระเจ้าจึงกำชับเราไว้ในกาลาเทีย 5:16-17 ว่า "แต่ข้าพเจ้าขอบอกว่า จงดำเนินชีวิตตามพระวิญญาณ

อย่าสนองความต้องการของเนื้อหนัง เพราะว่าความต้องการของเนื้อหนังต่อสู้พระวิญญาณและพระวิญญาณก็ต่อสู้เนื้อหนังเพราะทั้งสองฝ่ายเป็นศัตรูกัน ดังนั้นสิ่งที่ท่านทั้งหลายปรารถนาทำจึงกระทำไม่ได้"

ถ้าเราดำเนินชีวิตตามความต้องการของพระวิญญาณบริสุทธิ์ เราก็จะได้รับแผ่นดินสวรรค์เป็นมรดก แต่ถ้าเราดำเนินชีวิตตามความต้องการของเนื้อหนังและไม่ได้ดำเนินชีวิตตามพระคำของพระเจ้า เราก็จะไม่มีส่วนในแผ่นดินของพระเจ้า เพราะฉะนั้นพระเจ้าจึงทรงเตือนเราไว้ในกาลาเทีย 5:19-21 ว่า...

การงานของเนื้อหนังนั้นเห็นได้ชัด คือการล่วงประเวณี การโสโครก การลามก การนับถือรูปเคารพ การถือวิทยาคม การเป็นศัตรูกัน การวิวาทกัน การริษยากัน การโกรธกัน การใฝ่สูง การทุ่มเถียงกัน การแตกก๊กกัน การอิจฉากัน การเมาเหล้า การเล่นเป็นพาลเกเร และการอื่น ๆ ในทำนองนี้อีกเหมือนที่ข้าพเจ้าได้เตือนท่านเหมือนกับที่เคยเตือนมาแล้วว่าคนที่ประพฤติเช่นนั้นจะไม่มีส่วนในแผ่นดินของพระเจ้า ผู้คนจะถูกผีเข้าสิงได้อย่างไร

ผีมารซาตานจะกระตุ้นความต้องการของเนื้อหนังที่อยู่ภายในบุคคลซึ่งมีจิตใจหมกมุ่นอยู่กับความต้องการฝ่ายเนื้อหนังโดยผ่านความคิดของเขา ถ้าเขาไม่สามารถควบคุมความคิดของตนและทำตามความต้องการของเนื้อหนัง ความรู้สึกผิดจะเกิดขึ้นและจิตใจของเขาจะเพาะบ่มความชั่วเพิ่มมากขึ้น เมื่อเขาทำตามความต้องการของเนื้อหนังเพิ่มมากขึ้น ในที่สุดเขาก็ไม่สามารถควบคุมตนเองและจะท

ำในสิ่งที่ซาตานปลุกปั่นให้ทำ บุคคลนี้จึง "ถูกสิงสู่" โดยผีมารซาตาน ยกตัวอย่าง สมมติว่ามีชายเกียจคร้านคนหนึ่งที่ไม่ชอบทำมาหากินแต่เขากลับเสียเวลาไปกับการดื่มเหล้า ผีมารซาตานจะปลุกปั่นและควบคุมความคิดของบุคคลเช่นนี้เพื่อให้เขาจมปลักอยู่กับการดื่มเหล้าและการเสียเวลาไปโดยเปล่าประโยชน์โดยทำให้เขาคิดว่าการทำงานเป็นภาระหนัก ผีมารซาตานจะผลักดันให้เขาออกห่างไกลจากความดีงามซึ่งได้แก่ความจริง ช่วงชิงพละกำลังที่จะพัฒนาชีวิตของเขาให้หมดไป และทำให้เขากลายเป็นบุคคลที่ไร้ความสามารถและไร้ประโยชน์

เมื่อเขาดำเนินชีวิตและประพฤติตนตามความคิดของซาตาน ชายคนนี้ก็ไม่สามารถหนีพ้นจากซาตานไปได้ ยิ่งกว่านั้น เมื่อจิตใจของเขาชั่วร้ายมากขึ้นและเขายอมมอบตนเองให้กับความคิดที่ชั่วร้ายแทนที่จะควบคุมจิตใจของตนเอง เขาก็จะทำในสิ่งที่ตนต้องการ ถ้าเขาอยากโกรธเขาก็จะโกรธจนตนเองพอใจ ถ้าเขาอยากต่อสู้หรือโต้เถียงเขาก็จะต่อสู้และโต้เถียงจนเขาพอใจ และถ้าเขาอยากดื่มเหล้าเขาก็จะไม่หักห้ามใจตนเองไม่ให้ดื่มได้ เมื่อพฤติกรรมเช่นนี้สะสมเพิ่มมากขึ้น ชายคนนี้จะไม่สามารถควบคุมความคิดและจิตใจของตนและจะมองว่าสิ่งต่าง ๆ ไม่ได้เป็นไปตามที่ใจของเขาปรารถนา หลังจากขั้นตอนนี้เขาจะถูกผีเข้าสิง

สาเหตุของการถูกผีเข้าสิง

มีสาเหตุสำคัญสองประการที่ทำให้บุคคลถูกปลุกปั่นโดยซาตานและถูกผีเข้าสิงในภายหลัง

1. พ่อแม่

ถ้าพ่อแม่ละทิ้งพระเจ้า กราบไหว้รูปเคารพซึ่งเป็นสิ่งที่พระเจ้าทรงรังเกียจและทรงสะอิดสะเอียน หรือทำความชั่วร้ายอย่างเกินขอบเขต พลังอำนาจของเหล่าวิญญาณชั่วก็จะมีอิทธิพลต่อลูกของเขาและถ้าไม่มีการตรวจสอบลูกของเขาจะถูกผีเข้าสิง ในกรณีเช่นนี้ พ่อแม่ต้องกลับมาหาพระเจ้า กลับใจจากความผิดบาปของตนอย่างสิ้นเชิง หันหลังให้กับวิถีของความบาปและทูลวิงวอนกับพระเจ้าเพื่อลูก ๆ ของตน พระเจ้าทอดพระเนตรเห็นส่วนลึกแห่งจิตใจของพ่อแม่และจะสำแดงการรักษาให้กับเขาซึ่งเป็นการปลดโซ่ตรวนของความอยุติธรรมให้หลุดไป

2. ตนเอง

ไม่ว่าความบาปของพ่อแม่จะเป็นอะไรก็ตาม บุคคลสามารถถูกผีเข้าสิงได้ด้วยความเท็จ ความชั่ว ความหยิ่งผยอง และการอธรรมอื่น ๆ ของตนเอง เนื่องจากบุคคลนั้นไม่สามารถอธิษฐานและกลับใจด้วยตนเองได้ เมื่อเขารับเอาคำอธิษฐานของผู้รับใช้พระเจ้าที่สำแดงถึงฤทธิ์อำนาจของพระองค์ โซ่ตรวนของความอยุติธรรมจะถูกปลดออกด้วยเช่นกัน เมื่อผีถูกขับออกมาและบุคคลนั้นมีสติสัมปชัญญะ บุคคลนั้นควรได้รับการสั่งสอนด้วยพระคำของพระเจ้าเพื่อพระคำจะชำระล้างจิตใจของเขาที่เคยเต็มไปด้วยความบาปและความชั่วร้ายและเพื่อให้จิตใจของเขาเป็นจิตใจแห่งความจริง

ด้วยเหตุนี้ ถ้าสมาชิกคนหนึ่งคนใดในครอบครัวหรือญาติพี่น้องถูกผีเข้าสิง ครอบครัวต้องมอบหมายให้บุคคลหนึ่งอธิษฐานเผื่อคน

ที่ถูกผีเข้าสิง ทั้งนี้ก็เพราะจิตใจและความคิดของคนที่ถูกผีเข้าสิงตกอยู่ภายใต้การควบคุมของผีและเขาไม่สามารถทำสิ่งใดด้วยตนเองได้ เขาไม่สามารถอธิษฐานหรือฟังพระคำแห่งความจริง เขาไม่สามารถดำเนินชีวิตตามความจริง ดังนั้นทั้งครอบครัวหรือคนหนึ่งคนใดในครอบครัวต้องอธิษฐานเผื่อเขาด้วยความรักและความเมตตาเพื่อว่าบุคคลที่ถูกผีเข้าสิงจะสามารถดำเนินชีวิตในความเชื่อ เมื่อพระเจ้าทรงเห็นถึงการทุ่มเทและความรักในครอบครัว พระองค์จะทรงสำแดงการรักษาให้เกิดขึ้น พระเยซูตรัสสั่งให้เรารักษาเพื่อนบ้านเหมือนรักตนเอง (ลูกา 10:27) ถ้าเราไม่สามารถอธิษฐานและอุทิศตนให้กับสมาชิกในครอบครัวของเราเองซึ่งถูกผีเข้าสิง เราจะบอกว่าเรารักเพื่อนบ้านได้อย่างไร

เมื่อครอบครัวและเพื่อนฝูงของคนที่ถูกผีเข้าสิงค้นพบสาเหตุของการถูกผีสิง กลับใจใหม่ อธิษฐานด้วยความเชื่อในฤทธิ์อำนาจของพระเจ้า อุทิศตนด้วยความรัก และปลูกฝังเมล็ดพันธุ์แห่งความเชื่อ จากนั้นอำนาจของผีมารจะถูกขับไล่ออกไปและคนที่ถูกผีสิงจะได้รับการเปลี่ยนแปลงให้เป็นบุคคลแห่งความจริงที่พระเจ้าจะทรงคุ้มครองและป้องกันให้พ้นจากผีมารซาตาน

วิธีการรักษาคนที่ถูกผีเข้าสิง

เราพบเรื่องราวของการรักษาผู้คนที่ถูกผีเข้าสิงในพระคัมภีร์หลายตอน ขอให้เราสำรวจดูว่าคนเหล่านั้นได้รับการรักษาด้วยวิธีใด

1. ท่านต้องขับไล่พลังอำนาจของผีมาร

ในมาระโก 5:1-20 เราพบเรื่องราวของชายคนหนึ่งที่ถูกวิญญาณของผีโสโครกเข้าสิง ข้อ 3-4 อธิบายถึงพฤติกรรมของเขาว่า "คนนั้นอาศัยอยู่ตามอุโมงค์ฝังศพและไม่มีผู้ใดจะผูกมัดตัวเขาอีกได้ แม้จะล่ามด้วยโซ่ตรวนก็ไม่อยู่" เรายังเรียนรู้จากมาระโก 5:5-7 เช่นกันว่า "เขาคลั่งร้องอึงอยู่ตามอุโมงค์ฝังศพและที่ภูเขาทั้งกลางคืนกลางวันเสมอและเอาหินเชือดเนื้อของตัว ครั้นเขาเห็นพระเยซูแต่ไกลก็วิ่งเข้ามากราบไหว้พระองค์ แล้วร้องเสียงดังว่า 'ข้าแต่พระเยซูพระบุตรของพระเจ้าสูงสุด พระองค์มายุ่งกับข้าพระองค์ทำไม ข้าพระองค์ขอให้พระองค์สาบานในพระนามของพระเจ้าว่าจะไม่ทรมานข้าพระองค์'"

ที่วิญญาณชั่วพูดเช่นนี้เพราะพระองค์ได้ตรัสแก่มันว่า "อ้ายผีโสโครก จงออกมาจากคนนั้นเถิด" เหตุการณ์นี้บอกเราให้รู้ว่าแม้ประชาชนไม่ทราบว่าพระเยซูทรงเป็นพระบุตรของพระเจ้าแต่วิญญาณชั่วรู้ดีว่าพระเยซูคือใครและพระองค์ทรงมีฤทธิ์อำนาจแบบไหน

จากนั้นพระเยซูตรัสถามว่า "เอ็งชื่ออะไร" มันตอบว่า "ชื่อกองเพราะว่าพวกข้าพระองค์หลายตนด้วยกัน" ผีนั้นยังอ้อนวอนพระองค์หลายต่อหลายครั้งว่าอย่าขับไล่พวกมันออกจากแดนเมืองนั้นพร้อมกับวิงวอนพระองค์ทรงอนุญาตให้พวกมันไปเข้าสิงอยู่ในสุกร ที่พระเยซูตรัสถามชื่อไม่ใช่เพราะว่าพระองค์ไม่รู้ว่ามันคือใคร แต่พระองค์ตรัสถามชื่อในฐานะของผู้พิพากษาที่กำลังไต่สวนวิญญาณของผีโสโครก ยิ่งกว่านั้น คำว่า "กอง" ยังบ่งบอกให้ทราบว่ามีผีหลายตนสิงสู่อยู่ในชายคนนั้น

พระเยซูทรงอนุญาตให้วิญญาณชั่ว "กองนั้น" เข้าไปสิงอยู่ในสุกรซึ่งทำให้สุกรทั้งฝูงวิ่งกระโดดจากหน้าผาชันลงไปในทะเลสำลักน้ำ

ตาย เมื่อเราขับผีเราต้องขับด้วยพระคำแห่งความจริงซึ่งมีน้ำเป็นสัญลักษณ์ เมื่อประชาชนเห็นชายคนนั้น (ซึ่งเคยเป็นบุคคลที่ไม่สามารถควบคุมตนเอง) หายเป็นปกติและนุ่งห่มผ้านั่งอยู่อย่างมีสติอารมณ์ดี คนเหล่านั้นจึงเกรงกลัว

ในปัจจุบันเราควรขับผีอย่างไร เราต้องขับผีในพระนามของพระเยซูคริสต์และให้มันลงไปอยู่ในน้ำซึ่งเป็นสัญลักษณ์ของพระคำหรือลงไปอยู่ในไฟซึ่งเป็นสัญลักษณ์ของพระวิญญาณบริสุทธิ์เพื่อให้พลังอำนาจของมันหมดสิ้นไป แต่เนื่องจากผีเป็นสิ่งมีชีวิตฝ่ายวิญญาณ มันจะถูกขับออกไปเมื่อบุคคลที่มีฤทธิ์อำนาจขับผีเริ่มอธิษฐาน เมื่อบุคคลที่ไม่มีความเชื่อพยายามขับผีออก ผีจะหันมาดูแคลนหรือเยาะเย้ยบุคคลนั้น ด้วยเหตุนี้ เพื่อช่วยให้คนที่ถูกผีเข้าสิงได้รับการรักษา คนของพระเจ้าที่มีฤทธิ์อำนาจขับผีออกต้องอธิษฐานเผื่อคนที่ถูกผีเข้าสิง

แต่บางครั้งผีไม่ยอมออกเมื่อคนของพระเจ้าขับมันออกในพระนามของพระเยซูคริสต์ ที่เป็นเช่นนี้ก็เพราะว่าคนที่ถูกผีสิงเคยหมิ่นประมาทหรือกล่าวต่อต้านพระวิญญาณบริสุทธิ์ (มัทธิว 12:31; ลูกา 12:10) คนที่ถูกผีเข้าสิงบางคนไม่อาจรับการรักษาให้หายได้เนื่องจากคนเหล่านั้นจงใจทำบาปอย่างต่อเนื่องหลังจากเขาได้รับความรู้เรื่องความจริง (ฮีบรู 10:26)

ยิ่งกว่านั้น เราพบในฮีบรู 6:4-6 อีกว่า “เพราะว่าคนเหล่านั้นที่ได้รับความสว่างมาครั้งหนึ่งแล้วและได้รู้รสของประทานจากสวรรค์ได้มีส่วนในพระวิญญาณบริสุทธิ์และได้ชิมความดีงามแห่งพระวจนะของพระเจ้าและฤทธิ์เดชแห่งยุคที่จะมาถึงนั้น ถ้าเขาเหล่านั้นได้ชิมแล้วหลงไปก็เหลือวิสัยที่จะนำเขามาสู่การกลับใจอีกได้เพราะตัวเขาเองได้ตรึงพระบุตรของพระเจ้าเสียแล้วและทำให้พระองค์ทรงรั

บการดูหมิ่นเยาะเย้ย”

บัดนี้เมื่อเราได้เรียนรู้เกี่ยวกับเรื่องนี้แล้วเราต้องเฝ้าระวังตัวเราเองเพื่อเราจะไม่ทำบาปซึ่งจะทำให้เราไม่สามารถรับการยกโทษได้ เราต้องแยกแยะด้วยความจริงเช่นกันว่าบุคคลที่ถูกผีเข้าสิงนั้นสามารถรับการรักษาให้หายด้วยการอธิษฐานหรือไม่

2. ท่านต้องป้องกันตนเองด้วยความจริง

เมื่อผีร้ายถูกขับออกไปแล้วคนที่เคยถูกผีเข้าต้องเติมเติมจิตใจของตนด้วยชีวิตและความจริงโดยการอ่านพระคำของพระเจ้า การสรรเสริญ และการอธิษฐานอย่างขยันหมั่นเพียร แม้ผีร้ายจะถูกขับออกไปแล้วก็ตาม แต่ถ้าผู้คนยังคงดำเนินชีวิตในความบาปต่อไปโดยไม่ป้องกันตนเองด้วยความจริง ผีร้ายที่ถูกขับออกไปจะกลับเข้ามาใหม่พร้อมกับพรรคพวกของมันซึ่งชั่วร้ายมากยิ่งขึ้น จงจำไว้ว่าอาการของคนที่ถูกผีเข้าสิงครั้งที่สองจะเลวร้ายยิ่งกว่าครั้งแรกหลายเท่า

ในมัทธิว 12:43-45 พระเยซูตรัสกับเราดังต่อไปนี้

> เมื่อผีโสโครกออกมาจากผู้ใดแล้ว มันก็ท่องเที่ยวไปในที่กันดารน้ำเพื่อแสวงหาที่หยุดพัก แต่เมื่อไม่พบ มันจึงกล่าวว่า “ข้าจะกลับไปยังเรือนของข้าที่ข้าได้ออกมานั้น” และเมื่อมาถึงก็เห็นเรือนนั้นว่าง กวาดและตกแต่งไว้แล้ว มันจึงไปรับเอาผีอื่นอีกเจ็ดผีร้ายกว่ามันเองแล้วก็เข้าไปอาศัยที่นั่นและในที่สุดคนนั้นก็ตกที่นั่งร้ายกว่าตอนแรก คนชาติชั่วนี้ก็จะเป็นอย่างนั้น

เราต้องไม่ขับผีออกโดยประมาท ยิ่งกว่านั้น

หลังจากผีถูกขับออกไปแล้ว เพื่อนฝูงและครอบครัวของคนที่เคยถูกผีเข้าสิงต้องเข้าใจว่าบัดนี้บุคคลนั้นต้องได้รับการเอาใจใส่ดูแลด้วยความรักมากยิ่งกว่าแต่ก่อน ครอบครัวและเพื่อนฝูงต้องดูแลบุคคลนั้นอย่างอุทิศตนและเสียสละพร้อมกับป้องกันเขาไว้ด้วยความจริงจนกว่าเขาจะได้รับการรักษาให้หายอย่างสมบูรณ์

ทุกสิ่งเป็นไปได้สำหรับคนที่เชื่อ

ในมาระโก 9:17-27 เป็นเรื่องราวที่พระเยซูทรงรักษาเด็กที่ถูกผีเข้าสิงซึ่งผีทำให้เด็กเป็นใบ้และทนทุกข์ทรมานจากโรคลมบ้าหมู หลังจากที่พระองค์ทรงเห็นถึงความเชื่อของบิดาของเด็ก ขอให้เราสำรวจโดยสรุปว่าเด็กคนนั้นได้รับการรักษาด้วยวิธีใด

1. ครอบครัวต้องแสดงออกถึงความเชื่อ

บุตรชายในมาระโกบทที่ 9 เป็นใบ้และหูหนวกมาตั้งแต่วัยเด็กเนื่องจากถูกผีเข้าสิง เด็กคนนั้นไม่สามารถเข้าใจถ้อยคำและไม่สามารถสื่อสารได้ ยิ่งกว่านั้น เป็นการยากที่จะคาดเดาว่าอาการของโรคลมบ้าหมูจะเกิดขึ้นเมื่อใดและที่ไหน ด้วยเหตุนี้ บิดาของเด็กคนนั้นจึงมีชีวิตอยู่ในความกลัว ความทุกข์ระทมและความสิ้นหวังมาโดยตลอด

จากนั้นบิดาของเด็กได้ยินเรื่องของชายคนหนึ่งที่มาจากกาลิลีซึ่งสามารถทำการอัศจรรย์ด้วยการทำให้คนตายฟื้นคืนชีพและรักษาโ

รคนานาชนิดให้หาย แววแห่งความหวังเริ่มก่อตัวขึ้นในท่ามกลางความสิ้นหวังของเขา บิดาคนนั้นเชื่อว่าถ้าข่าวนี้เป็นจริง ชายที่มาจากกาลิลีคนนี้ก็สามารถรักษาบุตรชายของเขาได้ด้วยเช่นกัน บิดาคนนั้นจึงนำบุตรชายของตนมาหาพระเยซูด้วยความหวังพร้อมกับทูลพระองค์ว่า "ถ้าท่านสามารถช่วยได้ขอท่านโปรดกรุณาเถิด" (มาระโก 9:22)

เมื่อได้ยินคำขอร้องอย่างตั้งใจจริงของบิดา พระเยซูจึงตรัสกับเขาว่า "ถ้าช่วยได้น่ะหรือ ใครเชื่อก็ทำให้ได้ทุกสิ่ง" พร้อมกับทรงตำหนิบิดาคนนั้นเพราะเขามีความเชื่อน้อย บิดาของเด็กได้ยินข่าวแต่เขายังไม่เชื่อในจิตใจของตน ถ้าบิดาคนนั้นรู้มาโดยตลอดว่าพระเยซูทรงเป็นพระบุตรของพระเจ้าผู้ยิ่งใหญ่และทรงเป็นสัจจะ เขาก็คงไม่พูดคำว่า "ถ้า" เพราะพระเยซูต้องการสอนเราว่าถ้าไม่มีความเชื่อจะเป็นที่พอพระทัยพระเจ้าไม่ได้และถ้าไม่มีความเชื่อที่สมบูรณ์เราจะไม่ได้รับคำตอบ พระองค์จึงตรัสว่า "ถ้าช่วยได้น่ะหรือ" เมื่อพระองค์ทรงตำหนิบิดาคนนั้นเพราะเขา "มีความเชื่อน้อย"

โดยทั่วไปความเชื่อสามารถจำแนกออกเป็นสองชนิด "ความเชื่อฝ่ายเนื้อหนัง" หรือ "ความเชื่อที่เป็นความรู้" เป็นความเชื่อในสิ่งที่เรามองเห็น "ความเชื่อฝ่ายวิญญาณ" "ความเชื่อที่แท้จริง" "ความเชื่อที่มีชีวิต" หรือ "ความเชื่อที่มาพร้อมกับการประพฤติ" เป็นความเชื่อในสิ่งที่ยังไม่ได้เห็น ความเชื่อชนิดนี้สามารถทำให้บางสิ่งให้เกิดขึ้นจากความว่างเปล่าได้ พระคัมภีร์ให้คำนิยามของความเชื่อว่า "ความเชื่อคือความแน่ใจในสิ่งที่เราหวังไว้ เป็นความรู้สึกมั่นใจว่าสิ่งที่ยังไม่ได้เห็นนั้นมีจริง" (ฮีบรู 11:1)

เมื่อผู้คนป่วยเป็นโรคที่สามารถรักษาให้หายด้วยมือของมนุษย์

คนเหล่านี้จะหายโรคเมื่อไฟแห่งพระวิญญาณบริสุทธิ์ทรงเผาผลาญโรคของเขาถ้าเขาแสดงออกถึงความเชื่อของตนและเต็มล้นด้วยพระวิญญาณบริสุทธิ์ ถ้าผู้เชื่อใหม่ล้มป่วย เขาจะได้รับการรักษาเมื่อเขาเปิดจิตใจ รับฟังพระคำ และแสดงออกถึงความเชื่อของตน ถ้าคริสเตียนที่มีความเชื่อล้มป่วย เขาจะได้รับการรักษาให้หายเมื่อเขาหันกลับจากวิถีของตนโดยผ่านการกลับใจ

เมื่อผู้คนป่วยเป็นโรคที่ไม่สามารถรักษาให้หายด้วยวิทยาศาสตร์การแพทย์ คนเหล่านี้ต้องแสดงออกถึงความเชื่อที่ยิ่งใหญ่กว่า ถ้าคริสเตียนที่มีความเชื่อล้มป่วย เขาจะได้รับการรักษาเมื่อเขาเปิดจิตใจของตน กลับใจอย่างแท้จริง และอธิษฐานด้วยใจร้อนรน ถ้าบุคคลที่มีความเชื่อน้อยหรือไม่มีความเชื่อล้มป่วย เขาจะไม่ได้รับการรักษาจนกว่าเขาจะรับเอาความเชื่อและการรักษาจะเกิดขึ้นตามขนาดความเจริญเติบโตแห่งความเชื่อของเขา

ผู้คนที่มีความบกพร่องทางร่างกาย ผู้คนที่มีร่างกายพิการ และผู้คนที่ป่วยเป็นโรคซึ่งถ่ายทอดทางพันธุกรรม คนเหล่านี้จะหายเป็นปกติได้ด้วยการอัศจรรย์ของพระเจ้าเท่านั้น ดังนั้นคนเหล่านี้ต้องแสดงออกถึงการอุทิศตนและความเชื่อซึ่งจะทำให้เขารักพระเจ้าและเป็นที่พอพระทัยพระองค์ เมื่อนั้นพระเจ้าจะทรงยอมรับความเชื่อของเขาและจะทรงสำแดงการรักษาให้เกิดขึ้น เมื่อผู้คนแสดงออกถึงความเชื่ออย่างกระตือรือร้นต่อพระเจ้า—เหมือนบารทิเมอัสที่ร้องเรียกหาพระเยซู (มาระโก 10:46-52) เหมือนที่นายร้อยแสดงให้พระเยซูเห็นความเชื่ออันยิ่งใหญ่ของตน (มัทธิว 8:5-13) และเหมือนที่คนง่อยและเพื่อนทั้งสี่คนของเขาแสดงถึงความเชื่อและการอุทิศตน (มาระโก 2:3-12)—พระเจ้าจะประทานการรักษาโรคให้แก่เขา

ในทำนองเดียวกัน เนื่องจากคนที่ถูกผีเข้าสิงจะไม่ได้รับการรักษ

าให้หายถ้าปราศจากการทำงานของพระเจ้าและบุคคลนั้นไม่สามารถแสดงออกถึงความเชื่อของตนเพื่อนำการรักษาลงมาจากสวรรค์ ดังนั้นสมาชิกในครอบครัวของเขาต้องเชื่อในพระเจ้าผู้ยิ่งใหญ่และเข้ามาหาพระองค์

2. ผู้คนต้องมีความเชื่อซึ่งจะช่วยให้เขาเชื่อ

ครั้งแรกบิดาของเด็กชายที่ถูกผีสิงมาเป็นเวลานานคนนั้นถูกพระเยซูตำหนิเพราะเขามีความเชื่อน้อย เมื่อพระเยซูตรัสกับชายคนนั้นด้วยความแน่ใจว่า "ใครเชื่อก็ทำให้ได้ทุกสิ่ง" ริมฝีปากของเขาก็เริ่มพูดถึงสิ่งที่เป็นเชิงบวกว่า "ข้าพเจ้าเชื่อ" แต่ความเชื่อของเขาจำกัดอยู่ที่ความรู้ นั่นคือสาเหตุที่บิดาคนนั้นอ้อนวอนพระเยซูว่า "ที่ข้าพเจ้ายังขาดความเชื่อนั้นขอโปรดช่วยให้เชื่อด้วยเถิด" (มาระโก 9:24) เมื่อได้ยินถึงคำอ้อนวอนอย่างจริงใจ คำอธิษฐานที่ร้อนรนและความเชื่อจากบิดาของเด็ก พระเยซูทรงทราบและพระองค์ทรงมอบความเชื่อให้กับบิดาคนนั้นซึ่งบัดนี้สามารถทำให้เขาเชื่อ

ในทำนองเดียวกัน เมื่อเราร้องเรียกหาพระเจ้าเราก็จะได้รับความเชื่อซึ่งจะช่วยให้เราเชื่อและความเชื่อชนิดนี้จะทำให้เราได้รับคำตอบต่อปัญหาของเราและ "สิ่งที่เป็นไปไม่ได้" ก็จะกลายเป็น "สิ่งที่เป็นไปได้"

หลังจากบิดามีความเชื่อซึ่งช่วยให้เขาเชื่อ เมื่อพระเยซูตรัสว่า "อ้ายผีใบ้หูหนวก เราสั่งเอ็งให้ออกจากเขา อย่าได้กลับเข้าสิงเขาอีกเลย" ผีนั้นจึงร้องอื้ออึงพร้อมกับทำให้เด็กคนนั้นชักดิ้นอย่างมากแล้วก็ออกมาจากเขา (มาระโก 9:25-27) เมื่อริมฝีปากของบิดาร้องขอความเชื่อ

ซึ่งจะช่วยให้ตนเชื่อ—แม้หลังจากที่พระเยซูทรงตำหนิเขา—และปรารถนาการช่วยกู้ของพระเจ้า พระเยซูทรงสำแดงการรักษาอย่างอัศจรรย์ให้เกิดขึ้น

พระเยซูทรงตอบคำอธิษฐานและทรงรักษาบุตรชายของบิดาคนนั้น (ที่เคยถูกผีใบ้เข้าสิงและทุกข์ทรมานกับโรคลมบ้าหมูซึ่งมักทำให้เขาชักดิ้น น้ำลายฟูมปาก ขบเขี้ยวเคี้ยวฟันตัวแข็ง) ให้หายเป็นปกติ พระเจ้าจะไม่ทรงอนุญาตให้คนที่เชื่อในฤทธิ์อำนาจของพระองค์ซึ่งทำให้ทุกสิ่งเป็นไปได้และดำเนินชีวิตด้วยพระคำอยู่ดีมีสุขและมีสุขภาพร่างกายแข็งแรงกระนั้นหรือ

หลังจากก่อตั้งคริสตจักรมันมินได้ไม่นาน ชายหนุ่มคนหนึ่งจากจังหวัดกัง-วอนเดินทางมาเยี่ยมเราเมื่อเขาได้ยินข่าวเกี่ยวกับคริสตจักรแห่งนี้ ชายหนุ่มคนนั้นคิดว่าเขารับใช้พระเจ้าอย่างสัตย์ซื่อในฐานะครูสอนรวีฯ และสมาชิกในคณะนักร้อง แต่เพราะเขามีความหยิ่งผยองมากและไม่ได้กำจัดความชั่วร้ายออกไปจากจิตใจของตน แต่กลับสำสมความผิดบาปเอาไว้ ชายหนุ่มคนนั้นจึงประสบกับความทุกข์ทรมานหลังจากผีร้ายเข้าไปสิงสู่อยู่ในจิตใจที่มีมลทินของเขา การรักษาโรคเกิดขึ้นด้วยคำอธิษฐานและการอุทิศตนอย่างร้อนรนของบิดาของเขา หลังจากระบุชื่อของผีตนนั้นและขับไล่มันออกไปด้วยการอธิษฐานแล้ว ชายหนุ่มคนนั้นมีน้ำฟูมปากนอนหงายหลัง และปล่อยกลิ่นเหม็นเน่าออกมา หลังจากเหตุการณ์นี้ชีวิตของชายหนุ่มคนนั้นได้รับการรื้อฟื้นขึ้นใหม่เมื่อเขาปกป้องตนเองด้วยความจริงที่คริสตจักรมันมิน ปัจจุบัน ชายหนุ่มคนนี้กลับไปรับใช้พระเจ้าอย่างสัตย์ซื่อที่จังหวัดกัง-วอนและกำลังถวายเกียรติยศแด่พระเจ้าด้วยการแบ่งปันพระคุณเกี่ยวกับคำพยานแห่งการรักษาโรคของเขากับผู้คนจำนวนมาก

ขอให้ท่านเข้าใจว่าการทำงานของพระเจ้าไร้ขอบเขตจำกัดและรู้ว่าทุกสิ่งเป็นไปได้สำหรับพระองค์ เพื่อว่าเมื่อท่านแสวงหาด้วยการอธิษฐานท่านจะไม่เพียงแต่ได้รับพระพรในฐานะบุตรของพระเจ้าเท่านั้นแต่ท่านจะกลายเป็นธรรมิกชนที่พระเจ้าทรงทะนุถนอมไว้ เพื่อให้ท่านอยู่ดีมีสุขตลอดเวลา ข้าพเจ้าอธิษฐานในพระนามขององค์พระผู้เป็นเจ้า...อาเมน

บทที่ 7

ความเชื่อและการเชื่อฟังของนาอามานผู้เป็นโรคเรื้อน

2 พงศ์กษัตริย์ 5:9-10; 14

นาอามานจึงมาพร้อมกับบรรดาม้าและรถรบของท่านมาหยุดอยู่ที่ประตูเรือนของเอลีชา เอลีชาก็ส่งผู้สื่อสารมาเรียนท่านว่า "ขอจงไปชำระตัวในแม่น้ำจอร์แดนเจ็ดครั้งและเนื้อของท่านจะกลับคืนเป็นอย่างเดิมและท่านจะสะอาด" ท่านจึงลงไปจุ่มตัวเจ็ดครั้งในแม่น้ำจอร์แดนตามถ้อยคำของคนแห่งพระเจ้า และเนื้อของท่านก็กลับคืนเป็นอย่างเนื้อของเด็กเล็ก ๆ และท่านก็สะอาด

นายพลนาอามานผู้เป็นโรคเรื้อน

คนเราทุกคนล้วนเผชิญกับปัญหาใหญ่และปัญหาเล็กในช่วงชีวิตของเราเสมอ บางครั้งเราพบปัญหาที่อยู่เหนือความสามารถของมนุษย์

ในประเทศหนึ่งที่ตั้งอยู่ทางภาคเหนือของอิสราเอลชื่ออารัม (ประเทศซีเรีย) มีผู้บัญชาการกองทัพคนหนึ่งชื่อนาอามาน ท่านนำกองทัพไปสู่ชัยชนะในยามที่ประเทศตกอยู่ในภาวะวิกฤติที่สุด นาอามานรักประเทศของท่านและรับใช้พระราชาของตนอย่างสัตย์ซื่อ แม้ท่านเป็นบุคคลสำคัญอย่างมากของพระราชา แต่นายพลท่านนี้มีความทุกข์ใจเพราะความลับที่ไม่ผู้ใดล่วงรู้

อะไรคือสาเหตุแห่งความทุกข์ใจของท่าน ความทุกข์ใจของนาอามานไม่ได้เป็นเพราะว่าท่านไร้เกียรติยศชื่อเสียงหรือเงินทอง นาอามานรู้สึกเป็นทุกข์และไม่มีความสุขในชีวิตเพราะท่านป่วยเป็นโรคเรื้อนซึ่งเป็นโรคที่ไม่มียาใดรักษาให้หายได้ในสมัยนั้น

ในสมัยของนาอามาน คนที่ป่วยเป็นโรคเรื้อนจะถูกมองว่าเป็นคนมีมลทิน คนเหล่านี้จะถูกบังคับให้แยกตัวไปอาศัยอยู่ในภายนอกเขตเมือง ความทุกข์ของนาอามานหนักหนาเกินกว่าที่ท่านจะทนได้เพราะนอกเหนือจากความเจ็บปวดที่เกิดจากโรคเรื้อนแล้วยังมีปัญหาอื่นที่มาพร้อมกับโรคนี้ด้วยเช่นกัน อาการต่าง ๆ ของโรคเรื้อนประกอบไปด้วยการมีจุดด่างดำบนร่างกายโดยเฉพาะอย่างยิ่งบนใบหน้า แผลเน่าเปื่อยตามแขน ขา และฝาเท้ารวมทั้งความสึกกร่อนของ

สัมผัสต่าง ๆ ในร่างกาย ในกรณีที่มีอาการรุนแรง คิ้ว เล็บมือ และเล็บเท้าของผู้ป่วยจะหลุดร่อนออกมาซึ่งทำให้เขามีรูปร่างหน้าตาอัปลักษณ์

จากนั้นวันหนึ่ง นาอามาน (ซึ่งทนทุกข์อยู่กับโรคที่ไม่มีทางรักษาและไม่มีความสุขในชีวิต) ได้ยินข่าวดี จากคำบอกเล่าของเด็กหญิงจากอิสราเอลคนหนึ่งซึ่งถูกจับมาเป็นเชลยและกำลังรับใช้ภรรยาของนาอามานว่ามีผู้เผยพระวจนะในสะมาเรียท่านหนึ่งซึ่งสามารถรักษาโรคเรื้อนของนาอามานให้หายได้ เพราะนาอามานพร้อมที่จะทำทุกอย่างเพื่อให้ตนหายโรค ท่านจึงทูลให้พระราชาทราบถึงโรคที่ท่านเป็นและสิ่งที่ท่านได้ยินจากคนใช้หญิงของท่าน เมื่อทราบว่านายพลผู้สัตย์ซื่อของพระองค์จะหายจากโรคเรื้อนถ้าท่านเดินทางไปพบผู้เผยพระวจนะในสะมาเรีย พระราชาจึงให้ความช่วยเหลือนาอามานอย่างเต็มที่พร้อมกับส่งสารไปยังพระราชาแห่งอิสราเอลเพื่อเห็นแก่นาอามาน

นาอามานเดินทางไปอิสราเอลพร้อมกับนำเงินหนักสิบตะลันต์ ทองคำหนักหกพันเชเขล เสื้อเทียวงานสิบชุดและสารของพระราชาซึ่งมีใจความว่า “เมื่อสารนี้มาถึงท่าน ขอท่านทราบด้วยว่าข้าพเจ้าได้ส่งนาอามานข้าราชการของข้าพเจ้ามาเพื่อขอให้ท่านรักษาเขาให้หายจากโรคเรื้อน” (ข้อ 6) ไปด้วย ในสมัยนั้นอารัม (ซีเรีย) เป็นประเทศที่แข็งแกร่งกว่าอิสราเอล เมื่ออ่านสารจากพระราชาแห่งอารัม พระราชาแห่งอิสราเอลก็ทรงฉีกฉลองพระองค์ตรัสว่า “เราเป็นพระเจ้าซึ่งจะให้ตายและให้มีชีวิตห

รือชายคนนี้จึงส่งสารมาให้เรารักษาคนหนึ่งที่เป็นโรคเรื้อน ขอใคร่ครวญดูเถิดว่าเขาแสวงหาเหตุพิพาทกับเราอย่างไร”

เมื่อผู้เผยพระวจนะเอลีชาแห่งอิสราเอลทราบถึงข่าวนี้ ท่านจึงไปหาพระราชาและทูลว่า “ไฉนฝ่าบาทจึงทรงฉีกฉลองพระองค์ของฝ่าพระบาทเสีย ขอให้เขามาหาข้าพระบาทเถิดเพื่อเขาจะได้ทราบว่ามีผู้เผยพระวจนะคนหนึ่งในอิสราเอล” (ข้อ 8) เมื่อพระราชาแห่งอิสราเอลส่งนาอามานไปยังเรือนของเอลีชา ผู้เผยพระวจนะไม่ได้ออกมาพบกับนายพลท่านนั้นแต่ได้ส่งผู้สื่อสารมาเรียนท่านแทนว่า “ขอจงไปชำระตัวในแม่น้ำจอร์แดนเจ็ดครั้งและเนื้อของท่านจะกลับคืนเป็นอย่างเดิมและท่านจะสะอาด” (ข้อ 10)

นาอามานจะรู้สึกอึดอัดใจมากเพียงใดที่ท่านอุตส่าห์เดินทางมายังเรือนของเอลีชาพร้อมกับม้าและรถม้าจำนวนมากแต่เอลีชากลับไม่ได้ออกมาพบท่านหรือให้การต้อนรับท่าน นายพลนาอามานรู้สึกโกรธและคิดว่าถ้าผู้บัญชาการกองทัพของประเทศที่แข็งแกร่งกว่าอิสราเอลเดินทางมาเยียม ผู้เผยพระวจนะควรออกมาให้การต้อนรับอย่างเป็นมิตรและควรวางมือบนผู้บัญชาการคนนั้น ตรงกันข้าม นาอามานกลับได้รับการต้อนรับอย่างเย็นชาจากผู้เผยพระวจนะและสั่งให้นายพลผู้ทรงเกียรติคนนั้นไปชำระตัวในแม่น้ำขนาดเล็กและสกปรกอย่างแม่น้ำจอร์แดน

ด้วยความเดือดดาล นาอามานคิดจะเดินทางกลับบ้านพร้อมกับบ่นว่า “ดูเถิด ข้าคิดว่าเขาจะออกมาหาข้าเป็นแน่และมายืนอยู่และออกพระนามของพระเยโฮวาห์พระเจ้าของเขาแล้วโบกมือเหนือที่นั้นใ

ห้โรคเรื้อนหาย อาบานาและฟาร์ปาร์แม่น้ำเมืองดามัสกัสไม่ดีกว่าบรรดาลำน้ำแห่งอิสราเอลดอกหรือ ข้าจะชำระตัวในแม่น้ำเหล่านั้นและจะสะอาดไม่ได้หรือ" (ข้อ 11-12) เมื่อท่านกำลังเตรียมเดินทางกลับบ้าน พวกข้าราชการของท่านเรียนท่านว่า "คุณพ่อของข้าพเจ้า ถ้าท่านผู้เผยพระวจนะจะสั่งให้ท่านกระทำสิ่งใหญ่โตประการหนึ่งท่านจะไม่กระทำหรือ ถ้าเช่นนั้นเมื่อท่านผู้เผยพระวจนะกล่าวแก่ท่านว่า 'จงไปล้างและสะอาดเถิด' ควรท่านจะทำยิ่งขึ้นเท่าใด" ข้าราชการเหล่านั้นวิงวอนเจ้านายของตนให้เชื่อฟังคำสั่งของเอลีชา

เกิดอะไรขึ้นเมื่อนาอามานจุ่มตัวลงไปในแม่น้ำจอร์แดนเจ็ดครั้งตามคำสั่งของเอลีชา เนื้อของท่านคืนสภาพเป็นปกติเป็นเหมือนเนื้อของเด็กเล็ก ๆ โรคเรื้อนที่เคยสร้างความทุกข์ใจอย่างมากให้กับนาอามานได้รับการรักษาให้หายสะอาด เมื่อโรคซึ่งมนุษย์ไม่สามารถรักษาให้หายได้รับการรักษาให้หายด้วยการเชื่อฟังของนาอามานที่มีต่อคนแห่งพระเจ้า นายพลคนนี้จึงเรียนรู้เกี่ยวกับพระเจ้าผู้ทรงพระชนม์อยู่และเอลีชาคนแห่งพระเจ้า

หลังจากมีประสบการณ์กับฤทธิ์อำนาจของพระเจ้าผู้ทรงพระชนม์อยู่—พระเจ้าผู้ทรงรักษาโรคเรื้อน—นาอามานจึงกลับไปหาเอลีชาคนแห่งพระเจ้าทั้งตัวท่านและพรรคพวกของท่านและท่านมายืนอยู่ข้างหน้าเอลีชาและท่านกล่าวว่า "ดูเถิด ข้าพเจ้าทราบแล้วว่าไม่มีพระเจ้าทั่วไปในโลกนอกจากที่ในอิสราเอล เพราะฉะนั้นขอท่านรับของกำนัลสักอย่างหนึ่งจากผู้รับใช้ของท่านเถิด" แต่ท่านตอบว่า "พระ

เจ้าซึ่งข้าพเจ้าปรนนิบัติทรงพระชนม์อยู่แน่ฉันใด ข้าพเจ้าจะไม่รับสิ่งใดเลยฉันนั้น" และท่านก็ได้ชักชวนให้รับไว้แต่เอลีชาได้ปฏิเสธ แล้วนาอามานจึงกล่าวว่า "มิฉะนั้นขอท่านได้โปรดให้ดินบรรทุกล่อสักสองตัวให้แก่ผู้รับใช้ของท่านเถิด เพราะตั้งแต่นี้ไปผู้รับใช้ของท่านจะไม่ถวายเครื่องเผาบูชาหรือเครื่องสัตวบูชาแด่พระอื่น แต่จะถวายแด่พระเยโฮวาห์เท่านั้น" และท่านได้ถวายเกียรติยศแด่พระเจ้า (2 พงศ์กษัตริย์ 5:15-17)

ความเชื่อและการกระทำของนาอามาน

ตอนนี้ขอให้เราสำรวจถึงความเชื่อและการกระทำของนาอามานซึ่งได้พบกับพระเจ้าแพทย์ผู้ประเสริฐและได้รับการรักษาจากโรคที่ไม่ทางรักษา

1. จิตสำนึกที่ดีงามของนาอามาน

บางคนพร้อมที่จะยอมรับและเชื่อคำพูดของคนอื่นในขณะที่หลายคนมักมีเงื่อนสงสัยและไม่ไว้ใจคนอื่น เพราะนาอามานมีจิตสำนึกที่ดีงามท่านจึงไม่มองข้ามคำพูดของคนอื่นแต่ยอมรับคำพูดเหล่านั้นอย่างจริงใจ ท่านสามารถเดินทางไปยังอิสราเอลเชื่อฟังคำสั่งของเอลีชา และรับการรักษาเพราะท่านไม่ได้ละเลยแต่ท่านให้ความสนใจอย่างใกล้ชิดและเชื่อคำพูดของเด็กหญิงคนใช้ซึ่งปรนนิบัติภรรยาของท่าน เมื่อเด็กหญิงคนใช้จากอิสราเอลซึ่งถูกจับ

ไปเป็นเชลยพูดกับภรรยาของท่านว่า "อยากให้เจ้านายของดิฉันไปอยู่กับผู้เผยพระวจนะผู้ซึ่งอยู่ในสะมาเรีย ท่านจะได้รักษาโรคเรื้อนของเจ้านายเสียให้หาย" นาอามานเชื่อเด็กหญิงคนนั้น สมมติว่าท่านอยู่ในฐานะของนาอามาน ท่านจะทำอย่างไร ท่านจะยอมรับคำพูดทุกคำของเด็กหญิงคนนั้นหรือไม่

ท่ามกลางความก้าวหน้าทางการแพทย์ในปัจจุบัน ยังมีโรคหลายชนิดที่แพทย์ไม่สามารถรักษาให้หายได้ ถ้าท่านบอกคนอื่นว่าท่านได้รับการรักษาให้หายจากโรคที่ไม่มีทางรักษาด้วยฤทธิ์อำนาจของพระเจ้าหรือท่านได้รับการรักษาหลังจากท่านรับเอาคำอธิษฐาน ท่านคิดว่ามีสักกี่คนที่จะเชื่อสิ่งที่ท่านพูด นาอามานเชื่อคำพูดของเด็กหญิงคนนั้น ขออนุญาตจากพระราชา เดินทางไปยังอิสราเอล และรับการรักษาให้หายจากโรคเรื้อนที่ท่านเป็นอยู่ กล่าวคือ เพราะนาอามานมีจิตสำนึกที่ดีงามท่านจึงยอมรับฟังคำพูดของเด็กหญิงคนนั้นเมื่อเธอประกาศกับท่านและทำตามสิ่งที่เธอบอก เราต้องตระหนักว่าเมื่อมีผู้ประกาศพระกิตติคุณกับเรา ถ้าเราต้องการได้รับคำตอบต่อปัญหาต่าง ๆ ของเรา เราต้องเชื่อในพระกิตติคุณและเข้าหาพระเจ้าเหมือนที่นาอามานได้กระทำ

2. นาอามานทุบทำลายความคิดของท่าน

เมื่อนาอามานเดินทางไปอิสราเอลด้วยการสนับสนุนของพระราชาและเดินทางไปถึงเรือนของเอลีชาซึ่งเป็นผู้เผยพระวจนะที่สามาร

ถรักษาโรคเรื้อน ท่านได้รับการต้อนรับที่เย็นชา นาอามานรู้สึกโกรธเคืองเมื่อเอลีชา (ซึ่งในสายตาของนาอามานที่ไม่เชื่อในพระเจ้าถือว่าเอลีชาเป็นคนไร้ชื่อเสียงหรือสถานะทางสังคม) ไม่ได้ออกมาต้อนรับผู้รับใช้ที่สัตย์ซื่อของพระราชาแห่งอารัมและยังสั่งให้นาอามาน (ผ่านผู้สื่อสาร) ไปจุ่มตัวลงในแม่น้ำจอร์แดนเจ็ดครั้ง นาอามานรู้สึกเดือดดาลเพราะท่านถูกส่งตัวไปยังอิสราเอลโดยพระราชาเป็นการส่วนพระองค์ ยิ่งกว่านั้น เอลีชาไม่ยอมวางมือของท่านรักษาโรคให้กับนาอามาน แต่กลับบอกนาอามานว่าท่านจะได้รับการชำระให้สะอาดเมื่อท่านจุ่มตัวลงในแม่น้ำที่ขนาดเล็กและสกปรกอย่างแม่น้ำจอร์แดน

นาอามานโกรธเอลีชาและการกระทำของท่านซึ่งเป็นสิ่งที่นาอามานไม่อาจเข้าใจได้ด้วยความคิดของตนเอง ท่านจึงเตรียมเดินทางกลับบ้านโดยคิดว่าในประเทศของท่านมีแม่น้ำที่ใสสะอาดขนาดใหญ่อยู่จำนวนมากและท่านจะหายสะอาดถ้าท่านจุ่มตัวลงในแม่น้ำสายหนึ่งสายใดเหล่านั้น ในวินาทีนั้น ข้าราชการของนาอามานอ้อนวอนเจ้านายของตนให้เชื่อฟังคำสั่งของเอลียาห์และจุ่มตัวลงในแม่น้ำจอร์แดน

เพราะนาอามานมีจิตสำนึกที่ดีงามท่านจึงไม่ทำตามความคิดของตนเอง แต่ท่านตัดสินใจที่จะเชื่อฟังคำสั่งของเอลีชาและมุ่งหน้าไปยังแม่น้ำจอร์แดน ในท่ามกลางผู้คนที่มีสถานะทางสังคมในระดับเดียวกันกับสถานะของนาอามาน มีสักกี่คนที่จะกลับใจและเชื่อฟังคำอ้

อนวอนของคนใช้ตนหรือคำขอร้องของคนอื่นที่มีสถานภาพต่ำกว่าตน

เหมือนที่เราพบในอิสยาห์ 55:8-9 ว่า "เพราะความคิดของเราไม่เป็นความคิดของเจ้า ทั้งทางของเจ้าไม่เป็นวิถีของเรา" พระเจ้าตรัสดังนี้ "เพราะฟ้าสวรรค์สูงกว่าแผ่นดินโลกฉันใด วิถีของเราสูงกว่าทางของเจ้าและความคิดของเราก็สูงกว่าความคิดของเจ้าฉันนั้น" เมื่อเราติดยึดอยู่กับความคิดและทฤษฎีของมนุษย์ เราก็จะไม่สามารถเชื่อฟังพระคำของพระเจ้าได้ ขอให้เราจดจำจุดจบของกษัตริย์ซาอูลผู้ไม่เชื่อฟังพระเจ้า เมื่อเรารับเอาความคิดของมนุษย์และไม่เชื่อฟังน้ำพระทัยของพระเจ้า การกระทำเช่นนี้เป็นการไม่เชื่อฟังและถ้าเราไม่ยอมรับถึงการไม่เชื่อฟังของตน เราต้องจำไว้ว่าพระเจ้าจะทรงละทิ้งและปฏิเสธเราเหมือนที่พระองค์ทรงกระทำต่อกษัตริย์ซาอูล

เราอ่านพบใน 1 ซามูเอล 15:22-23 ว่า "และซามูเอลกล่าวว่า 'พระเจ้าทรงพอพระทัยในเครื่องเผาบูชาและเครื่องสัตวบูชามากเท่าการที่จะเชื่อฟังพระสุรเสียงของพระองค์หรือ ดูเถิด ที่จะเชื่อฟังก็ดีกว่าเครื่องสัตวบูชาและซึ่งจะสดับฟังก็ดีกว่าไขมันของบรรดาแกะผู้ เพราะการกบฏก็เป็นเหมือนบาปแห่งการถือฤกษ์ถือยามและความดื้อดึงก็เป็นเหมือนบาปชั่วและการไหว้รูปเคารพ เพราะเหตุที่ท่านทอดทิ้งพระวจนะของพระเจ้าพระองค์จึงทรงถอดท่านออกจากตำแหน่งกษัตริย์" นาอามานคิดใหม่และตัดสินใจที่จะทุบทำลายความคิดของตนเองและทำตามคำสั่งของเอลีชาคนแห่งพระเจ้า

ในทำนองเดียวกัน เราต้องจำไว้ว่าเราจะบรรลุถึงความปรารถนาแห่งจิตใจของเราได้ก็ต่อเมื่อเราทำลายจิตใจที่ดื้อดึงและเปลี่ยนเป็นจิตใจที่เชื่อฟังตามน้ำพระทัยของพระเจ้าเท่านั้น

3. นาอามานเชื่อฟังถ้อยคำของผู้เผยพระวจนะ

นาอามานมุ่งหน้าไปยังแม่น้ำจอร์แดนและชำระตนเองที่นั่นตามคำสั่งของเอลีชา มีแม่น้ำหลายสายที่กว้างใหญ่และสะอาดกว่าแม่น้ำจอร์แดน แต่คำสั่งของเอลีชาที่ให้ไปยังแม่น้ำจอร์แดนมีความหมายและความสำคัญฝ่ายวิญญาณ แม่น้ำจอร์แดนเป็นสัญลักษณ์ของความรอดในขณะที่น้ำเป็นสัญลักษณ์ของพระคำของพระเจ้าที่ชำระความผิดบาปของมนุษย์และช่วยเขาให้บรรลุถึงความรอด (ยอห์น 4:14) นั่นคือสาเหตุที่เอลีชาต้องการให้นาอามานชำระตัวของท่านในแม่น้ำจอร์แดนซึ่งนำท่านไปสู่ความรอด ไม่ว่าแม่น้ำสายอื่นจะกว้างใหญ่กว่าและสะอาดกว่าสักเพียงใดก็ตาม แม่น้ำเหล่านั้นไม่สามารถนำผู้คนให้ไปถึงความรอดได้และไม่มีส่วนเกี่ยวข้องกับพระเจ้า ดังนั้นพระเจ้าจึงไม่ได้สำแดงพระราชกิจของพระองค์ผ่านแม่น้ำเหล่านั้น

เหมือนที่พระเยซูตรัสกับเราในยอห์น 3:5 ว่า "เราบอกความจริงแก่ท่านว่าถ้าผู้ใดไม่ได้บังเกิดใหม่จากน้ำและพระวิญญาณ ผู้นั้นจะเข้าในแผ่นดินของพระเจ้าไม่ได้" การชำระตนเองในแม่น้ำจอร์แดนจึงเปิดทางไปสู่การยกโทษบาปและความรอดสำหรับนาอามานแล

ะท่านได้พบกับพระเจ้าผู้ทรงพระชนม์อยู่

เพราะเหตุใดนาอามานจึงได้รับคำสั่งให้ชำระตัวถึงเจ็ดครั้ง เลขเจ็ดเป็นเลขสมบูรณ์ซึ่งเป็นสัญลักษณ์ของความครบถ้วนบริบูรณ์ ในการสั่งนาอามานให้ชำระตนเจ็ดครั้ง เอลีชากำลังบอกนายพลผู้นี้ให้รับเอาการยกโทษบาปของตนและเข้าพักสงบอยู่ในพระคำของพระเจ้า เมื่อท่านทำเช่นนั้นพระเจ้าผู้ทรงทำได้ทุกสิ่งจะทรงสำแดงการรักษาโรคที่ไม่มีทางรักษาให้เกิดขึ้น

ฉะนั้น เราจึงเรียนรู้ว่านาอามานได้รับการรักษาให้หายจากโรคเรื้อนของท่านซึ่งไม่มีแพทย์หรือพลังอำนาจของมนุษย์คนใดรักษาให้หายได้เพราะท่านเชื่อฟังถ้อยคำของผู้เผยพระวจนะ ในเรื่องนี้พระคัมภีร์บอกเราอย่างชัดเจนว่า “เพราะว่าพระวจนะของพระเจ้านั้นไม่ตายและทรงพลานุภาพอยู่เสมอ คมยิ่งกว่าดาบสองคมใด ๆ แทงทะลุกระทั่งจิตและวิญญาณ ตลอดข้อกระดูกและไขในกระและสามารถวินิจฉัยความคิดและความมุ่งหมายในใจด้วย ไม่มีสิ่งหนึ่งสิ่งใดซ่อนไว้พ้นพระเนตรพระองค์ แต่ตรงข้ามทุกสิ่งปรากฏแจ้งต่อพระองค์ผู้ซึ่งเราต้องสัมพันธ์ด้วย” (ฮีบรู 4:12-13)

นาอามานไปหาพระเจ้าผู้ทรงกระทำได้ทุกสิ่ง ทุบทำลายความคิดของตน กลับใจใหม่และเชื่อฟังน้ำพระทัยของพระเจ้า เมื่อนาอามานจุ่มตัวของท่านลงไปในแม่น้ำจอร์แดนเจ็ดครั้ง พระเจ้าทรงเห็นถึงความเชื่อของท่านทรงรักษาโรเรื้อนของท่านให้หาย และเนื้อของนาอามานได้รับการ

รือฟื้นให้อยู่ในสภาพดีและเป็นเหมือนเนื้อของเด็กเล็ก ๆ

จากการแสดงให้เห็นถึงหลักฐานอย่างชัดเจนที่ยืนยันว่าการรักษาโรคเรือนให้หายสะอาดเกิดขึ้นได้ด้วยฤทธิ์อำนาจของพระเจ้าเท่านั้น พระเจ้าจึงกำลังตรัสกับเราว่าโรคที่ไม่มีทางรักษาให้หายสามารถรับการรักษาให้หายได้เมื่อเราทำให้พระองค์พอพระทัยด้วยความเชื่อซึ่งมาพร้อมกับการประพฤติของเรา

นาอามานถวายเกียรติยศแด่พระเจ้า

หลังจากหายจากโรเรือน นาอามานจึงกลับไปหาเอลีชาพร้อมกับกล่าวว่า "ดูเถิด ข้าพเจ้าทราบแล้วว่าไม่มีพระเจ้าทั่วไปในโลกนอกจากที่ในอิสราเอล...เพราะตั้งแต่นี้เป็นต้นไปผู้รับใช้ของท่านจะไม่ถวายเครื่องเผาบูชาหรือเครื่องสัตวบูชาแด่พระอื่น แต่จะถวายแด่พระเยโฮวาห์เท่านั้น" และท่านถวายเกียรติยศแด่พระเจ้า

ลูกา 17:11-19 เป็นภาพเหตุการณ์ที่คนโรคเรือนสิบคนพบกับพระเยซูและได้รับการรักษาให้หายจากโรคของตน ถึงกระนั้นมีเพียงคนเดียวที่กลับมาหาพระเยซูและสรรเสริญพระเจ้าด้วยเสียงอันดังพร้อมกับกราบลงที่พระบาทของพระเยซูและโมทนาพระคุณของพระองค์ พระเยซูตรัสถามชายคนนั้นในข้อ 17-18 ว่า "มีสิบคนหายสะอาดมิใช่หรือ แต่เก้าคนนั้นอยู่ที่ไหน ไม่เห็นผู้ใดกลับมาสรรเสริญพระเจ้าเว้นไว้แต่คนต่างชาติคนนี้" ในข้อ 19 พระองค์ตรัสกับชายคนนั้นว่า "จงลุกขึ้นไปเถิด ความเชื่อของเจ้

าได้กระทำให้ตัวเจ้าหายปกติ" ถ้าเราได้รับการรักษาโรคด้วยฤทธิ์อำนาจของพระเจ้าเราต้องไม่เพียงถวายเกียรติยศแด่พระเจ้า ยอมรับเอาพระเยซูคริสต์ และได้รับความรอดเท่านั้น แต่เราต้องดำเนินชีวิตด้วยพระคำของพระเจ้าด้วยเช่นกัน

นาอามานมีความเชื่อและการกระทำที่ทำให้ท่านหายจากโรคเรื้อนซึ่งเป็นโรคที่ไม่มีทางรักษาให้หายในเวลานั้น ท่านมีจิตสำนึกที่ดีงามซึ่งพร้อมที่จะเชื่อถ้อยคำของเด็กหญิงคนใช้ที่ถูกจับมาเป็นเชลย ท่านมีความเชื่อซึ่งทำให้ท่านเตรียมของขวัญที่มีค่าเมื่อท่านเดินทางไปพบผู้เผยพระวจนะ ท่านแสดงออกถึงการเชื่อฟังแม้คำสั่งของผู้เผยพระวจนะเอลีชาไม่ตรงกับความคิดของท่าน

ครั้งหนึ่ง นาอามานซึ่งเป็นคนต่างชาติเคยเป็นทนทุกข์อันเนื่องมาจากโรคที่ไม่มีทางรักษาแต่ท่านได้พบกับพระเจ้าผู้ทรงพระชนม์อยู่ผ่านทางโรคร้ายของท่านและมีประสบการณ์กับการรักษาโรค ใครก็ตามที่มาหาพระเจ้าผู้ยิ่งใหญ่และแสดงออกถึงความเชื่อและการกระทำของตนก็จะได้รับคำตอบต่อปัญหาทุกอย่างของตนไม่ว่าปัญหาเหล่านั้นจะรุนแรงสักเพียงใดก็ตาม

ขอให้ท่านมีความเชื่ออันทรงคุณค่า แสดงความเชื่อนั้นออกมาพร้อมกับการกระทำ ได้รับคำตอบต่อปัญหาชีวิตทุกอย่างของท่าน และกลายเป็นธรรมิกชนที่ถวายเกียรติยศแด่พระเจ้า ข้าพเจ้าอธิษฐานในพระนามขององค์พระผู้เป็นเจ้า...อาเมน

ผู้เขียน:
ศจ.ดร. แจร็อก ลี

ศจ.ดร. แจร็อก ลีเกิดที่เมืองมวน จังหวัดโจนนัม สาธารณะรัฐเกาหลี ในปี 1943 เมื่อท่านมีอายุ 20 ปี ดร. ลี ทนทุกข์ทรมานกับโรคภัยไข้เจ็บที่รักษาไม่ได้หลายชนิดเป็นเวลาถึงเจ็ดปีและนอนรอความตายโดยไม่มีความหวังของการหายโรค แต่อยู่มาวันหนึ่งในช่วงฤดูใบไม้ผลิของปี 1974 พี่สาวของท่านพาท่านมาที่คริสตจักรและเมื่อท่านคุกเข่าลงอธิษฐานพระเจ้าผู้ทรงพระชนม์อยู่ทรงรักษาท่านให้หายจากโรคภัยไข้เจ็บทั้งสิ้นของท่านในทันที

นับตั้งแต่ ศจ. ดร.ลีพบกับพระเจ้าผู้ทรงพระชนม์อยู่ผ่านทางประสบการณ์ที่อัศจรรย์นั้นเป็นต้นมาท่านรักพระเจ้าอย่างจริงใจและด้วยสุดหัวใจของท่าน ในปี 1978 ท่านได้รับการทรงเรียกให้เป็นผู้รับใช้พระเจ้า ท่านอธิษฐานอย่างร้อนรนเพื่อจะเข้าใจน้ำพระทัยของพระเจ้าอย่างชัดเจนและทำให้น้ำพระทัยนั้นสำเร็จอย่างสมบูรณ์พร้อมทั้งเชื่อฟังพระวจนะทั้งสิ้นของพระเจ้า ในปี 1982 ท่านได้ก่อตั้งคริสตจักรมันมินขึ้นในกรุงโซล ประเทศเกาหลีใต้ พระราชกิจอันมากมายของพระเจ้าซึ่งรวมถึงการรักษาโรคอย่างอัศจรรย์และหมายสำคัญต่าง ๆ เกิดขึ้นในคริสตจักรของท่านอย่างต่อเนื่อง

ในปี 1986 ศจ.ดร.ลีได้รับสถาปนาเป็นศิษยาภิบาลในการประชุมสมัชชาประจำปีของคริสตจักรของพระเยซู "ซุงกุล" แห่งประเทศเกาหลีใต้ ในปี 1990 (4 ปีต่อมา) คำเทศนาของท่านถูกนำออกเผยแพร่ผ่านทางพันธกิจของผู้ประกาศข่าวประเสริฐ (เอฟ.อี.บี.ซี.) สถานีวิทยุกระจายเสียงแห่งเอเชีย (เอ.บี.เอส.) สถานีวิทยุคริสเตียนแห่งกรุงวอชิงตัน (ดับเบิ้ลยู.ซี.อาร์.เอส.) เพื่อกระจายเสียงไปยังประเทศต่าง ๆ เช่น ออสเตรเลีย สหรัฐอเมริกา รัสเซีย ฟิลิปปินส์ และอีกหลายประเทศ

สามปีต่อมา (ในปี 1993) คริสตจักรมันมินเซ็นทรัลเชิร์ชได้รับเลือกให้เป็นหนึ่งใน "50 คริสตจักรชั้นนำระดับโลก" โดยนิตยสาร "โลกคริสตชน" ของสหรัฐอเมริกาและท่านได้รับมอบปริญญาดุษฎีบัณฑิตกิตติมศักดิ์สาขาพันธกิจศาสตร์จากสถาบันพระคริสตธรรมที่มีชื่อเสียงสองแห่งในสหรัฐอเม

ริกา นั่นคือ วิทยาลัยคริสเตียนเฟธแห่งรัฐฟลอริด้าและสถาบันพระคริสตธรรมคิงส์เวย์ แห่งรัฐไอโอวา

นับตั้งแต่ปี 1993 เป็นต้นมา ศจ.ดร.ลีเป็นผู้นำในการทำพันธกิจทั่วโลกโดยผ่านการรณรงค์เพื่อการประกาศที่จัดขึ้นในประเทศต่าง ๆ เช่น ประเทศแทนซาเนีย อาร์เจนติน่า อูกานดา ญี่ปุ่น ปากีสถาน เคนย่า ฟิลิปปินส์ ฮอนดูรัส อินเดีย รัสเซีย เยอรมันนี เปรู สาธารณะรัฐประชาธิปไตยคองโก และนครนิวยอร์ก สหรัฐอเมริกา ในปี 2002 หนังสือพิมพ์คริสเตียนฉบับหนึ่งในประเทศเกาหลีใต้ขนานนามท่านว่าเป็น “ศิษยาภิบาลของคนทั่วโลก” จากการทำพันธกิจด้านการประกาศพระกิตติคุณในต่างประเทศของท่าน

ในเดือนกุมภาพันธ์ 2007 คริสตจักรมันมินจูน-อังมีสมาชิกมากกว่า 1 แสนคนและมีคริสตจักรสาขาทั้งในและต่างประเทศอีก 7,800 แห่งทั่วโลก ปัจจุบันคริสตจักรนี้ส่งมิชชันนารีมากกว่า 126 คนไปยัง 25 ประเทศทั่วโลก ซึ่งรวมถึงสหรัฐอเมริกา รัสเซีย เยอรมันนี แคนนาดา ญี่ปุ่น จีน ฝรั่งเศส อินเดีย เคนย่า และอีกหลายประเทศ

ในปัจจุบัน ดร.ลีเขียนหนังสือ 52 เล่มซึ่งรวมถึงหนังสือที่มียอดขายสูงสุดเรื่อง “ลิ้มรสชีวิตนิรันดร์ก่อนความตาย” “สาส์นจากกางเขน” “ขนาดแห่งความเชื่อ” “สวรรค์ภาค 1 และ 2” “นรก” งานเขียนของท่านถูกแปลเป็นภาษาต่าง ๆ มากกว่า 25 ภาษา

ปัจจุบัน ศจ.ดร.ลีเป็นผู้ก่อตั้ง ผู้อำนวยการและประธานของสมาคมและองค์กรมิชชันนารีจำนวนมากซึ่งรวมถึงการดำรงตำแหน่งประธานของสหคริสตจักรแห่งความบริสุทธิ์เกาหลี ผู้อำนวยการ The Nation Evangelization Paper; ผู้อำนวยการองค์การพันธกิจมิชชันมันมิน (MWM); ผู้ก่อตั้งสถานีโทรทัศน์มันมิน (Manmin TV); ผู้ก่อตั้งและประธานเครือข่ายสื่อมวลชนคริสเตียนทั่วโลก (GCN); ผู้ก่อตั้งและประธานเครือข่ายหมอคริสเตียนทั่วโลก (WCDN); และผู้ก่อตั้งและประธานสถาบันศาสนศาสตร์นานาชาติมันมิน (MIS)

หนังสือเล่มอื่น ๆ ที่เขียนขึ้นโดยผู้เขียนคนเดียวกันได้แก่...

สวรรค์ (ภาค 1)
สวรรค์ (ภาค 2)

คำบรรยายโดยละเอียดเกี่ยวกับสภาพแวดล้อมที่มีชีวิตชีวาซึ่งพลเมืองแห่งสวรรค์จะได้ชื่นชมและการบรรยายลักษณะอันงดงามของสวรรค์ชั้นต่าง ๆ คำเชิญชวนให้เข้าสู่นครเยรูซาเล็มใหม่อันบริสุทธิ์ซึ่งประตูทั้งสิบสองบานของนครนี้ทำด้วยไข่มุกอันแวววาวระยิบระยับ นครนี้ตั้งอยู่ท่ามกลางสวรรค์อันรุ่งเรืองสุกใสเหมือนดังเพชรนิลจินดาที่มีค่า

ตื่นเถิดอิสราเอล

เพราะเหตุใดพระเจ้าจึงทรงเฝ้าดูอิสราเอลตั้งแต่จุดเริ่มต้นของโลกมาจนถึงปัจจุบัน อะไรคือการจัดเตรียมของพระเจ้าสำหรับอิสราเอล (ผู้ที่รอคอยพระเมสสิยาห์) ในช่วงวาระสุดท้าย

สาส์นจากกางเขน

ทำไมพระเยซูจึงเป็นพระผู้ช่วยให้รอดเพียงผู้เดียว เป็นข่าวสารแห่งการฟื้นฟูที่มีอานุภาพสำหรับทุกคนที่หลับใหลฝ่ายวิญญาณ ในหนังสือเล่มนี้ท่านพบถึงเหตุผลของการที่พระเยซูทรงเป็นพระผู้ช่วยให้รอดแต่พระองค์เดียวและความรักที่แท้จริงของพระเจ้า

ลิ้มรสชีวิตนิรันดร์ก่อนเสียชีวิต

เป็นบันทึกเรื่องจริงเกี่ยวกับคำพยานของศจ.ดร.แจร็อก ลีผู้ที่บังเกิดใหม่และได้รับการช่วยให้รอดจากหุบเหวแห่งความตายและดำเนินชีวิตคริสเตียนที่เป็นแบบอย่าง

ขนาดแห่งความเชื่อ

สถานที่แบบใด มงกุฎ และรางวัลชนิดใดที่ถูกจัดเตรียมไว้ในสวรรค์ หนังสือเล่มนี้จะให้ความรู้และคำแนะนำแก่ท่านในการวัดขนาดความเชื่อและการเพาะบ่มความเชื่อของท่านให้เจริญเติบโตมากที่สุด

www.urimbook.com

www.ingramcontent.com/pod-product-compliance
Lightning Source LLC
LaVergne TN
LVHW061037070526
838201LV00073B/5081
* 9 7 9 1 1 2 6 3 1 0 9 1 3 *